# అకాడమీ ఆణిముత్యాలు

కేంద్ర సాహిత్య అకాడమీ అవార్డు పొందిన
పుస్తకాలపై విమర్శ వ్యాసాలు

## జాని తక్కెడశిల

**Ukiyoto Publishing**

All global publishing rights are held by

**Ukiyoto Publishing**

Published in 2024

Content Copyright © Johny Takkedasila

ISBN 9789362698520

# అంకితం

మార్క్సిస్టు విమర్శకు చిరునామా అయిన

'రా.రా' గారికి గౌరవంతో...

# వ్యాసాల వరుస

# మంటలూ మానవుడు

సినారె పేరు తలుచుకోగానే విశ్వంభర కావ్యం గుర్తుకు వస్తుంది. అలాగే వారికి ఎంతో పేరు తెచ్చిన మరో కవితా సంపుటి మంటలూ మానవుడూ. అదే పుస్తకానికి 1973లో కేంద్ర సాహిత్య అకాడమీ అవార్డు లభించింది. 70 పుటలు, 30 కవితలతో 1970లో "మంటలూ మానవుడూ" వచన కవితా సంపుటి విడుదల అయ్యింది.

డా. కొత్తపల్లి వీరభద్రరావు గారు పుస్తకానికి ముందుమాట రాశారు. ముందుమాటలో ఉత్తమ కవిత్వం ఎలా వస్తుందో చెప్తూ ఇలా అన్నారు.

"కవి కర్మ కావ్యం గనక, కవి వ్యక్తిత్వం కావ్యంలో ప్రతిబింబించడం సహజం. కవి సమాజంలో ఒక వ్యక్తి గనక, సమాజం అతని మీద ప్రభావాన్ని చూపిస్తుంది. కవి సామాన్య వ్యక్తి కాదు గనక, సమాజం మీద తన వ్యక్తిత్వ ముద్ర వేస్తాడు. ఈ విధంగా, కవి-సమాజమూ కలిసిపోయినప్పుడే మనకి ఉత్తమ కవిత్వం లభిస్తుంది.

అందువల్లే కవి వ్యక్తిత్వానికి అంతటి ప్రాముఖ్యం ఉంటుంది."

ఉత్తమమైన కవిత్వం రాయాలంటే సాహిత్యం, కవిత్వంపై మంచి పట్టు ఉండటమే కాదు మంచి వ్యక్తిత్వం కూడా ఉండాలి. అప్పుడే వారు రాసే కవిత్వంలో ఉత్తమమైన భావాలు, సూచనలు, పరిష్కారాలు సూచించగలరు. వ్యక్తిత్వం లేని కవిత్వం వ్యర్థం అనే మాట ఎంతోమంది సాహిత్యవేత్తలు చెప్పారు.

నేటి కవుల్లో ఈర్ష్య, ద్వేషం, అసూయ ఎక్కువైపోవడం, తోటి కవికి పేరు వస్తోందంటే తట్టుకోలేనితనం, సమూహాలుగా ఏర్పడి వారిపై అసత్య ఆరోపణలు, వ్యక్తిగత దూషణలు, మానసిక హింస చేయడం పరిపాటి అయిపోయింది. అందరూ కలిసి సమాజాన్ని చైతన్యపరచడం, మెరుగైన సమాజాన్ని నిర్మించడం లాంటివి చేయకుండా ఒకరిపై ఒకరు దుమ్మెత్తిపోసుకోవడం ఎక్కువగా జరుగుతోంది. ఈ పరిస్థితి మారాల్సిన అవసరం ఉన్నది.

అలాగే వీరభద్రరావు గారు

"వచన కవితను నగ్న సుందరి అని, ఎంతో అందంగా ఉంటే తప్ప, లోపాలు కనపడుతూనే

ఉంటాయని, కావలసిన దానినే కనబరిచి మిగిలిన దాన్ని ఛందస్సు అనే ఆచ్ఛాదనతో కప్పి, సౌందర్యవతిగా చూపించడానికి వీలు ఉండదు."

వచన కవితలోని లోపాలను కనుగొనడం మాత్రం అత్యంత సులువైనది అందుకే కవిత్వం యొక్క ఎత్తుగడ, నడక, శిల్పం, ముగింపు, పోలికలు, ప్రతీకలు, ఉపమలు, మెటాఫర్ వస్తువుకు అతికినట్టుగా ఉండాలి, లేదంటే కవిత్వం తేలిపోతుంది. నేడు ఎంతో మంది కవిత్వం రాస్తున్నా, ఉత్తమ కవిత్వం రాస్తున్న వారిని వేళ్ళల్లో లెక్కపెట్టవచ్చు. మనసుకు నచ్చిన భావాన్ని రాసి అదే కవిత్వం అంటున్న వారున్నారు. అందులో తప్పు లేదు కాని, మనసులోని భావాలను కొద్దిపాటి సృజన జోడించినప్పుడే మంచి కవిత్వం రాయగలరు.

పుస్తకంలో ఎక్కువగా కథాత్మక కవిత్వం ఉన్నది. సుదీర్ఘమైన ఒక కవితలో కవి సమాజానికి ఉపయోగకరమైన అంశాన్ని తీసుకొని దాని విశిష్టత, అవసరాన్ని చెప్పేందుకు కథాత్మక కవిత్వాన్ని ఉపయోగించారు. ఉదాహరణకు అనగనగ ఒక రాజు కవితను పరిశీలిస్తే ఒక రాజు ఉండేవాడని, ఆ రాజుకు చెట్లంటే ఇష్టం లేదని, అందుకే రాజ్యంలో ఉన్న చెట్లని

నరికివేయాలని ఆదేశిస్తాడు. తర్వాత ఆ రాజుకు చెట్టు కలలోకి వచ్చి పక పక నవ్వుతుంది. ఆ నవ్వును తట్టుకోలేని రాజు మరుసటి రోజు చెట్లన్నీ నరికివేస్తాడు. ఆ సంఘటనను ఇలా రాశారు.

"కొమ్మకో గొడ్డలి
రెమ్మకో కొడవలి
ఆకుకో బాకు
పువ్వుకో కత్తి"

చెట్టు విలవిలలాడుతుంది. పుట్టెడు దుఖంతో, ఆగ్రహంతో కొమ్మలను గొడ్డళ్ళుగా, రెమ్మలు కొడవళ్ళుగా, ఆకులు బాకులుగా, పూలు ఖడ్గాలుగా నరకబడ్డ చెట్టే నవ విప్లవ విరాట్టుగా మారి గోడలను విడగొట్టిందని, మేడలను పడగొట్టిందని ముగించారు. చాలా సరళమైన భాషలో ప్రజలను చైతన్యపరచడమే కవి యొక్క ఉద్దేశం.

24.02.1970లో రాసిన ఈ కవితలోని సమస్య నేటికి తీరలేదు, ఇంకా తీవ్రతరం అయ్యింది. రోడ్డుకు, ఇంటికి, పరిశ్రమలకు అడ్డ మొస్తున్నాయని చెట్లను నరికేస్తున్నారు. ఆఖరుకి అడవులను సైతం ఆక్రమించి చెట్లను నరికేస్తున్నారు. దానికి తగిన ప్రతిఫలాన్ని కూడా

ప్రజలు అనుభవిస్తున్నారు. నాటితో పోల్చుకుంటే నేడు ఇదో పెద్ద సమస్య. అందుకే సినారె గారి కవిత్వం నేటికీ మననం చేసుకుంటున్నాము. కవితలో వాడిన భాష, చెప్పిన విధానమే ఈ కవిత ఉత్తమ కవిత్వం అయ్యింది.

ఇలాంటిదే మరొక కవిత పత్రికలో రాక్షసుణ్ణి పట్టుకున్నవారికి లక్ష రూపాయల బహుమతి ప్రకటనను చూసి రాక్షసుణ్ణి వెతుకుతారు. ఆ వెతుకులాటలో ప్రతి ఇద్దరిలో ఒక రాక్షసుణ్ణి, ప్రతి వ్యక్తిలో ఒక రాక్షసుడు ఉన్నాడని కవి కనుక్కుంటారు. లక్ష రూపాయలు చిక్కనందుకు ఏ మాత్రం చింతన లేదని స్వ-స్వరూపం తెలిసినందుకు సంతృప్తిగా ఉందని ముగింపు ఇచ్చారు. ఈ కవితను మనిషి నీచ ఆలోచనలను, మనిషిలోని వికృత రూపాన్ని బహిర్గతం చేసేందుకు రాసిందే.

అలాగే మరో కవితలో మనుషుల్లో ఉన్న భేదాలను చెప్తూ డబ్బు ఉన్నవాడికి, లేని వారికి తేడాఉందని కోటీశ్వరుడికి తెలియని ఎన్నో విషయాలు బీదవాడికి తెలుసని చెప్పడానికి ఈ వాక్యాలు రాశారు.

కొవ్వొత్తి గుండెలోతు నీకేం తెలుసు?
అగరువత్తి అంతర్మథనం నీకేం తెలుసు?
అమృతం కొనగలుగుతావు గానీ

అంబలి కొనగలుగుతావా?

మధువు ఇవ్వగలుగుతావు గానీ

మనసు ఇవ్వగలుగుతావా?

అది అవ్వ కాచి ఇవ్వాలి

అందులో

ఆత్మ రంగరించి పొయ్యాలి.

కొవ్వొత్తి, అగరువత్తి అవి దహించుకుపోతూ అందరికి వెలుగు, సువాసనను ఇస్తాయి. అంటే బీదవారు ఎప్పుడు మంచి కోరేవారని, అమాయకులని, దోపిడీ, అన్యాయం చేయడం వారికీ తెలియదని చెప్పడమే. బీదవారు బంధాలకు, ప్రేమలకు, ఆప్యాయతలకు, అనురాగాలకు ఎక్కువగా ప్రాముఖ్యతను ఇస్తారని చెప్పడమే.

నువ్వు నువ్వేనా అంటూ రాసిన మరొక కవితలో మనిషి తనను తాను వెతుక్కోవాలని, తనలో తాను ఉన్నాడో లేదో చూసుకోవాలని సూచించారు. మనిషి శక్తిగా ఎదిగిన తనలో తాను లేడని, ఇతరుల అభిరుచులకు లొంగిపోయాడని తేల్చారు.

ఈ మాటల్లోని అంతరార్థం మనిషి తనకు కావాల్సింది విస్మరించాడు, తన జీవితాన్ని తాను అనుభవించడం లేదని, ఎవరో శాసిస్తుంటే వారికి అనుగుణంగా జీవిస్తున్నాడని, అది మారాలని చెప్పారు. సినారె గారి కవిత్వాన్ని పరిశీలిస్తే వారు మనిషి గురించి, మనుషుల మానసిక సంఘర్షణ గురించి, విలువల గురించి, మనసు చేసే కల్లోలం గురించి, మనిషిలో మార్పు కోసం ఎంతో కవిత్వాన్ని సృష్టించారు. మంటలూ మానవుడూ పుస్తకంలో కూడా అది కనపడుతుంది.

కేంద్ర సాహిత్య అకాడమీ పురస్కారం - 1973

# నా తెలంగాణ
# కోటి రతనాల వీణ

దాశరథి కృష్ణమాచార్య 1925 జూలై 22న వరంగల్ జిల్లా చిన్న గూడూరు గ్రామంలో జన్మించారు. తిలక్ గారి పేరు చెప్పగానే "నా అక్షరాలు వెన్నెల్లో ఆడుకునే అందమైన ఆడపిల్లలు" అనే వాక్యం ఎలా గుర్తు వస్తుందో, దాశరథి గారి పేరు చెప్పగానే "నా తెలంగాణ కోటి రతనాల వీణ" అనే వాక్యం గుర్తు వస్తుంది.

'తిమిరంతో సమరం' కవితా సంపుటి 1973లో పుస్తకంగా వచ్చింది. 120 పుటలు ఉన్న పుస్తకంలో 47కవితలు ఉన్నాయి. తిమిరం మూఢత్వానికి, మూర్ఖత్వానికి, తిరోగమనానికి ప్రతీక అందుకే కవి తిమిరంతో సమరాన్ని ప్రకటించారు.

బంగ్లా ప్రజల స్వతంత్ర పోరాటానికి మద్దతు తెలుపుతూ వారి శత్రువే తన శత్రువని ప్రకటించారు.

ఇరవయ్యో శతాబ్దంలోకి వచ్చినా ఇంకా కులాల కుమ్ములాటలు, మతాల మారణ హోమాలను దాశరథి గారు తట్టుకోలేకపోయారు. అందుకే రావమ్మా శాంతమ్మ అంటూ కవితను అల్లారు.

శాంతి ఎక్కడ ఉన్నది, ఎక్కడ దాక్కుంది. బంగ్లాదేశ్ కి శాంతి కావాలి, వియత్నాంకు శాంతి కావాలి, నీ కోసం విశ్వం అంత ఎదురుచూస్తోంది. ఏ కవి అయినా సంఘటనలకు, పరిస్థితులకు స్పందిస్తూ కవిత్వాన్ని రాస్తారు. దాశరథి గారు కూడా చేసింది అదే. నాటి బంగ్లాదేశ్ స్వతంత్రం కోసం పోరాటం చేస్తోంది. వియత్నాంలో అలజడి ప్రజలను అశాంతికి గురి చేసింది. ప్రజల క్షేమాన్ని కోరే ఏ కవి అయినా యుద్ధ వ్యతిరేకిగా ఉంటారు. శాంతిని కోరుకుంటారు. దాశరథి గారు కూడా శాంతినే కోరుకున్నారు. అందుకే అనేక సందర్భాల్లో శాంతి కోసం కవిత్వాన్ని రాశారు.

కవికి దూరచూపు ఉంటుంది. గత సమాజం కంటే రాబోయే సమాజం అందంగా ఉండాలని ఆశిస్తూనే కవిత్వాన్ని రాస్తారు. నాగార్జున సాగర్ నిర్మాణంపై క్షీరసాగరం శీర్షికతో రాసిన కవితలో దాశరథి గారు ఇలా అన్నారు.

"తిండి లేని వాడెవ్వడు
ఉండబోడు ఏనాడు,
చదువురాని వాడెవ్వడు
వెతికినను కానరాడు" (పుట 27)

దాశరథి గారు ఆనాడు ఆశించిన రెండు విషయాల్లో మార్పు వచ్చినప్పటికీ, ఇంకా మన దేశంలో ఆకలి చావులు జరుగుతూనే ఉన్నాయి. రైతు పరిస్థితి అంతకంతకూ దిగజారిపోయింది. మానవుడు ప్రకృతిని ధ్వంసం చేస్తున్నాడు. దాని ప్రభావంతో అతివృష్టి, అనావృష్టి రాజ్యమేలుతున్నాయి.

గతంతో పోల్చుకుంటే అక్షరాస్యత పెరుగుతోంది కానీ చదువును వ్యాపారం చేస్తున్నారు. లక్షల్లో ఫీజులు, అధిక ఒత్తిడి విద్యార్థులను ఆత్మహత్యలకు ప్రేరేపిస్తున్నాయి. చదువు వ్యాపారం కావడంతో నాణ్యమైన విద్య పేద, మధ్యతరగతి వారికి దూరం అవుతోంది. తిండి, చదువు విషయంలో అనేక సమస్యలున్నాయి. సంపూర్ణంగా పరిష్కారం అయ్యే

వరకు దాశరథి గారి కవిత్వం కాలానికి నిలబడుతూనే ఉంటుంది.

తెలుగు భాషపై రెండు కవితలు రాసిన దాశరథి గారు అక్షర నక్షత్రమాల కవితలో తెలుగు పరువు నిలబడాలని నినదించారు. మరో సందర్భంలో తెలుగు ప్రజలు విడిపోరాదని అందరూ కలిసి మెలసి ఉండాలని కోరుతూనే తెల్లవాడు మన భాషను గుల్ల చేశాడు. నిజాం రాజు మన భాషకు నిప్పు పెట్టాడని రాశారు. దీని అర్థం బ్రిటిష్ వారు ఆంగ్లం ప్రవేశ పెట్టడం, నిజాం రాజు ఉర్దూను అధికారిక భాషగా చేయడం వల్లే తెలుగు వాడిపోతోందని దాశరథి గారు వాపోయారు. అదే సందర్భంలో "ఒక దేహం, ఒక గేహం, ఒక దేశం మనది" అందరూ కలిసే ఉండాలని ఆకాంక్షించారు.

ఉర్దూ పక్కన పెడితే ఆంగ్ల మోజులో పడి మన భాషను విస్మరిస్తున్నారు. దాశరథి గారు ఆ విషయాన్ని అప్పటికే గ్రహించారు. దాశరథి గారు ఆంగ్లానికి, ఉర్దూకు వ్యతిరేకి కాదు కానీ ఆ భాషల ప్రభావం తెలుగుపై చూపుతుందని బాధపడ్డారు. ఏ భాషను నేర్చుకున్న తప్పు లేదు కానీ మాతృ భాషను చులకన చేయడం, నిర్లక్ష్యం చేయడమే భరించలేని విషయం.

దాశరథి గారు ప్రపంచ సమస్యలను తన సమస్యలు అనుకున్నారు. బంగ్లా ప్రజల పోరాటం తన పోరాటం అనుకున్నారు. బంగ్లా ప్రజల శత్రువు తన శత్రువుగా భావించారు. అనేక సమస్యలపై వారి కవితా బాణాలను వదిలారు. తెలంగాణ నిజాం వ్యతిరేక ఉద్యమ సమయం ఏ విధంగా పోరాడాలో బంగ్లా ప్రజల స్వాతంత్ర్యానికి అదే స్థాయిలో మద్దతు ప్రకటించారు. పోరాటాల్లో ప్రజలు మరణించడం, అశాంతికి గురి కావడాన్ని దాశరథి తట్టుకోలేకపోయారు. అందుకే అడుగడుగునా శాంతిని ఆహ్వానించారు. శాంతి కపోతాన్ని ఎగురవేశారు.

తిమిరంతో సమరం కవితా సంపుటిలోని కవిత్వాన్ని పరిశీలిస్తే దాశరథి గారు భావవాద కవి అని తెలిసిపోతుంది.

"కాత్యాయని నా భవిష్యత్తు

ఆ కాత్యాయనిని వరించే

కాలకంఠుణ్ణి నేను" (పుట 46)

అన్న కవి భావవాది కాకుండా ఇంకేం అవుతారు.

"యముణ్ణి ఓడిస్తాను" (పుట 57)

"బ్రతకమని భగవంతుడు

వసుధపైకి పంపాడు" (పుట 63)

"నేను రావణాసురునికి రాముణ్ణి

నేను త్రిపురాసురునికి శివుణ్ణి" (పుట 85)

"బ్రహ్మ చేతి తొలి గీతను

మనిషి నొసట గల రాతను" (పుట 88)

"భగవంతుని తలపించే

పరమోత్తమమైన మతం

యమునింటికి పంపించే

అతిహీన మతం అయ్యింది" (పుట 94)

పుస్తకంలో అనేక చోట్ల ఇలాంటి వాక్యాలు రాసిన దాశరథి అచ్చమైన భావవాద కవి. నాటి కవులు ఎక్కువగా భావవాదులుగా ఉంటూనే సమాజంలోని అసమానతలపై పోరాటాల్ని సాగించారు. దాశరథి గారు భావవాదం వైపు ఉంటూనే భావవాదంలో ఉండే

తప్పులను ఎత్తి చూపారు. కానీ ఈ పుస్తకంలో కొన్ని వాక్యాలు నేడు అంగీకరించలేనివి. మతాన్ని భగవంతుడితో పోల్చడం సరైనది కాదు. మతం ప్రజలను విడగొట్టింది. ఒక వర్గాన్ని అందలం ఎక్కించి మరో వర్గాన్ని పాతాళానికి కూల దోసింది. వివక్ష, అన్యాయం, శ్రమ దోపిడీ, అంటరానితనం లాంటి ఎన్నో సమస్యలకు మూలం మతం, కులం. ఇప్పటికి దాని ఆధిపత్యాన్ని చలాయిస్తూనే ఉన్నది. అలాంటి మతాన్ని ఉత్తమమైనది అనడం ఎంతమాత్రం ఆహ్వానించలేము. ఈ లోకంలో కొన్ని వ్యవస్థలు బానిసత్వానికి ప్రతీకలు. అలాంటి బానిసత్వంపై నేటి ప్రజలు పోరాడుతున్నారు కనుక బ్రహ్మ గీతాలను, రాతలను నమ్మే పరిస్థితి నేడు లేదు. భావవాదం సమాజాన్ని తిరోగమనం వైపు తీసుకెళ్తుంది. కావున నేటి ప్రజలు దానికి వ్యతిరేకంగానే ఉండాలి.

మనిషీ – మనీ – పనీ అను శీర్షికతో కవిత రాసిన దాశరథి గారు రైతును ఉద్దేశిస్తూ వ్యవసాయ కార్మికుడా అంటూ...

"నీ కన్నీరే కృష్ణ కాలువ

ఈ లోకం ఎరుగదు నీ విలువ"

అని పేర్కొన్నారు. ఇది అక్షర సత్యం. ఒక నాడు రైతే దేశానికి రాజు, నేడు రైతు అంటే ఒక కూలివాడు, బీదవాడు, చేతకానివాడు అనేలా చేసేశారు. దేశ రక్షణ కొరకు సైనికుడు పోరాడుతుంటే దేశం పొట్ట నింపడానికి రైతు వ్యవసాయం చేస్తాడు. అలాంటి రైతు పరిస్థితి దయనీయంగా మారిపోయింది.

> "డబ్బులేని నీ పాలిటి
>
> బెబ్బులి ఈ లోకం
>
> ధనవంతుల ఇళ్ళ ముందు
>
> శునకం ఈ లోకం"

అంటూ దాశరథి గారు తన ఆగ్రహాన్ని వ్యక్త పరిచారు. అదే సమయంలో డబ్బుకు విలువ తగ్గిపోయి మనిషికి, పనికి విలువ పెరగాలని ఆకాంక్షించారు. వారి ఆకాంక్ష నేడు జరగడం లేదు. డబ్బులు విలువ పెరిగిపోతూ మనిషి విలువ తగ్గిపోతోంది. తల్లి బిడ్డను, భార్య భర్తను, అన్న తమ్ముడిని, అక్క చెల్లెలిని ఇలా ప్రతి బంధంలోకి డబ్బు రక్కసి చేరిపోయి విడదీస్తోంది.

అన్యాయాలపై, అసమానతలపై, వివక్షపై, అజ్ఞానంపై, అశాంతిపై, అక్రమాలపై సమరమే ఈ తిమిరంతో సమరం. కవి ఎప్పుడూ సమరం చేస్తూనే ఉంటాడు. ఒకటి తన లోలోన జరిగే సమరం, రెండు సమాజంపై తన అక్షరాలు చేసే సమరం. ఎప్పటికైనా, ఏ నాటికైనా కవితదే అంతిమ విజయం.

కేంద్ర సాహిత్య అకాడమీ పురస్కారం - 1974

# గుడిసెలు కాలిపోతున్నై

భీమన్న గారు 1911 సెప్టెంబరు19న తూర్పు గోదావరి జిల్లా మామిడికుదురు గ్రామంలో జన్మించారు. నాగమ్మ, పుల్లయ్య వీరి తల్లిదండ్రులు. 2005 డిసెంబరు 16న హైదరాబాద్‌లో తుది శ్వాస విడిచారు.

తెలుగు సాహిత్యానికి విశేష సేవ చేసిన బోయి భీమన్న గారి గుడిసెలు కాలిపోతున్నై గ్రంథానికి 1975లో కేంద్ర సాహిత్య అకాడమి అవార్డు వచ్చింది. 140 పుటలు ఉన్న పుస్తకంలో 57 కవితలు ఉన్నాయి. కులానికి, మతానికి, దేవుడికి వ్యతిరేకంగా రాసిన కవితా సంపుటి. పుస్తకంలోని కవితల గురించి చెప్తూ ప్రీఫేస్ రాసిన వారు కులం, మతం, భక్తి లాంటి అనేక విషయాలపై వారి స్పష్టమైన అభిప్రాయాలను తెలియజేశారు. నేడు చాలా మంది సాహిత్యవేత్తలు తాను దేని గురించి రాస్తున్నారో దాని గురించి స్పష్టమైన వైఖరితో పాటు దృఢమైన వాస్తవిక అభిప్రాయాలు ఉండాలి. కొలకలూరి ఇనాక్ గారు చెప్పినట్టు కవి దేన్ని నమ్మితే, అదే రాయాలి. నమ్మని

విషయాల జోలికి వెళ్ళకూడదు. తెలియని విషయాల గురించి మాట్లాడకూడదు.

బోయి భీమన్న గారికి కులం, మతం, భక్తిపై ఖచ్చితమైన అభిప్రాయాలు ఉన్నాయి. వాటిని అనుసరించే గుడిసెలు కాలుతున్నై కవితా సంపుటిలోని కవిత్వం సాగింది. మతం గురించి ప్రీఫేస్ లో ఇలా చెప్పబడింది.

"పేదవాళ్లకు మతం కావాల్సింది. ఆశే జీవిత సారధి. ఆశను కలిగిస్తున్నది మతం. అందుకే మానవజాతి మతం ఒడిలో ఓదార్పును పొందుతున్నది. పేదవాళ్లు మతాన్ని పట్టుకు వేలాడటానికి కారణం అదే"

కులం మతం మనుషులు నిర్మించుకున్నవి. కులవ్యవస్థ, వర్ణవ్యవస్థ కొన్ని కులాలకు అగ్ర తాంబూలం ఇచ్చి సింహాసనంపై కూర్చోపెట్టింది. అలాంటి కులాన్ని, మతాన్ని వల్లకాట్లో వేస్తే తప్ప ప్రజలు మారరు. ప్రజలు మారితేనే దేశం అభివృద్ధి చెందుతుంది.

"మతానికి, దేవుడికీ, భక్తికీ కట్టుబడిపోయి
ఉన్నంతకాలం ప్రజలు మేలుకోలేరు"

దేవుడు, భక్తి నమ్మకూడదని కాదు కాని గుడ్డిగా నమ్మి జీవితాలను పణంగా పెట్టి దేవుడి కోసం పోరాటాలు

చేసే వారే అభివృద్ధి నిరోధకులు. మతపిచ్చి, కులగజ్జి ఉండకూడదు. వారిపైనే బోయి భీమన్న గారు పోరాడారు.

బోయి భీమన్న గారు మనుషులను మూడు రకాలుగా విభజించారు.

1. పులులు
2. నక్కలు
3. గొర్రెలు

బీద వారే గొర్రెలని, వారికి ఆలోచించుకోవడం తెలియదని పులులు, నక్కల బారిన పడుతున్నారని, గొర్రెలను మార్చాల్సిన అవసరం ఉన్నదని, వారి కోసమే తన సాహిత్యమని చెప్పుకున్నారు. ఇక కవుల గురించి, విమర్శకుల గురించి చెప్తూ నేటి (1970) కాలంలో కవులకు కవిత్వం తెలియనట్టే విమర్శకులకు కవిత్వజ్ఞానం లేదని తేల్చారు. ఈ మాట ఇప్పుడు చెప్పినా ఎప్పుడు చెప్పినా పూర్తిగా అంగీకరించతగినది కాదు.

దేశాన్ని, జాతిని రక్షించాలంటే పార్లమెంట్, కేంద్ర ప్రభుత్వాలు మాత్రమే రాష్ట్రాలను పరిపాలించాలని, ఒక యూనియన్ టైపులాగా ఉండాలని అప్పుడే భాష, ప్రాంతం, సంప్రదాయం భేదాలతో ప్రజలు కొట్టుకోరని చెప్పుకొచ్చారు. వారు ఏ దృష్టిలో ఈ మాటలు అన్నారో

గాని రాష్ట్ర ప్రభుత్వాలు లేకుండా కేంద్రం దేశాన్ని పరిపాలించడం ద్వారా వారి చెప్పిన సమస్యలు తీరవు కాక మరెన్నో సమస్యలకు దారి తీసేవి.

గుడిసెలే కాలిపోతాయి. ప్రతి ఏడాది మళ్ళీ మళ్ళీ గుడిసెలు కాలిపోతాయి. కాలిపోయిన గుడిసెల స్థానంలో మళ్ళీ గుడిసెలే మొలుస్తాయి. ఎందుకు అలా జరుగుతోంది? ఆ గుడిసెలు మాల మాదిగలవే ఎందుకు అవుతాయి? కాలిపోయిన గుడిసెల స్థానంలో మిద్దెలు ఎందుకు ఏర్పడవు? ఆ రహస్యం ఆ గుడిసెలలో ఉన్నవారు తెలుసుకునే వరకు గుడిసెలు కాలిపోతూనే ఉంటాయని చెప్పారు. వాస్తవానికి ఆ రహస్యాన్ని నేడు చాలామంది కనుగొన్నారు. ఇక ఎంతో మార్పు రావాల్సి ఉన్నది.

గుద్ది పారేస్తాం అనే కవితలో పేదవాళ్లు తమ ఓటును ఎలా అమ్ముకుంటారో, అమ్మకోడానికి బీదరికమే కారణం కాదని, కులం మతం కూడా కారణమేనని చెప్పారు. అలా ఓటును అమ్ముకునే వారిని గొర్రెలని చెప్పారు. నేడు కూడా ఓటును అమ్ముకుంటున్నారు తమ కుల నాయకుడికి. నేడు బీదవారే కాదు చదువుకొని ఉన్నత స్థానంలో ఉన్నవారు సైతం తమ ఓటును

అమ్ముకుంటున్నారు. ఓటును అమ్ముకోడానికి అనేక కారణాల్లో డబ్బు కూడా ఒక పెద్ద కారణమే.

బోయి భీమన్న గారి కవిత్వంలో వ్యంగ్యం ఎక్కువగా ఉంటుంది. తప్పు చేసిన వారిని కాకుండా తప్పుకు సహకరించిన వారిని, తప్పుకు, మోసానికి బలైపోతున్న వారిని కవిత్వంలో శిల్పీకరించి వారిలో మార్పును కోరడమే వారు అనుసరించిన కవిత్వ పద్ధతి. అదే ఓట్ల జాబితా గురించి చెప్తూ ఒక బీదవాడి చేత ఇలా అనిపించారు.

"బాబు మమ్మల్ని ఓట్ల జాబితా నుండి తీసివేసి
బానిసల జాబితాలోకి చేర్చండి"

నాటి రాజరిక వ్యవస్థకు, నేటి ప్రజా ప్రభుత్వానికి పెద్దగా తేడ లేదని, అప్పుడూ బానిస బతుకులే, ఇప్పుడూ అవే బతుకులని ఆవేదన చెందారు. అసలు పేదలకు ఓటు హక్కు ఉంటే పక్కలో పాము ఉన్నట్టే అన్నారు.

కులం, మతం, స్థాయి గురించి చెప్పడానికి కులమతాల ఉమ్మడి కాష్టం శీర్షికతో ఒక కవితను రాశారు. ఈ కవితలో అన్ని రకాల మతాల వారు, కులాల వారు, అన్ని స్థాయిల్లో ఉన్న వ్యక్తులు విమాన ప్రయాణం

చేస్తుంటారు, ఆ విమానం కుప్పకూలుతుంది. అందులోని ప్రజల అవయవాలు చెల్లాచెదురైపోతాయి. అక్కడ ఉమ్మడి కాష్టం జరుగుతుంది. అన్ని కులాలు, మతాలు, జాతులు, వృత్తుల వారి కళేబరాలు ఉన్నాయి. అందులో ఏది ముఖమో, ఏది ముక్కో, ఏది కాలో తెలియదు.

ఈ కవిత ద్వారా కులాన్ని, మతాన్ని పక్కన పెట్టి అందరూ సమానమేనని చెప్పారు. కవిత్వంలో నేడు సహజత్వం కొరవడుతోంది. ఊహలు, కల్పనలు, కలలు, పొంతన లేని ప్రతీకలు, అనవసరమైన పోలికలు చేసి అసలు కవిత దేని గురించో కూడా తెలియకుండా రాస్తూ అదే గొప్ప కవిత్వం అంటున్నారు. అలాంటి వారు బోయి భీమన్న గారి కవిత్వాన్ని చదవాలి.

> "ఈ గుడులన్నీ మట్టివి
>
> ఈ దేవుళ్లంతా మిణుగురులు
>
> ఈ మాటలన్నీ దొంగల గుహలు
>
> ఈ మనుసులు బుర్రలు లేని బొమ్మలు"

అప్పట్లో గుడులు ఏ మతం అయినా సరే మట్టివి మాత్రమే నేడు రాజ భోగాలకు నివాసాలు. దోపిడీకి మూల సాధనాలు. వివక్షకు తొలి మెట్లు. నేడు గుడి అంటే

ఒక ఆదాయ మార్గం, ఒక వ్యాపారం. దర్శనంలో పెద్దలకు ఒక రకం, బీదవారికి మరో రకం. దేవుడి పేరుతో దోపిడీ చేస్తున్న సంస్థలు ఎన్నో. ఇలాంటి వాటిని ఏమాత్రం భయం బెణుకు లేకుండా ఆనాడే వారు నిరసించారు. శివారెడ్డి గారు చెప్పినట్టు నేడు ప్రజలకు మాత్రమే కాదు కవులకు కూడా కొంచెం స్వేచ్ఛకావాలి. తప్పును తప్పని చెప్పడానికి, నిజాన్ని బహిర్గతం చేయడానికి. కవులే నిజాలు చెప్పులేకపోతే ఇంకెవరు చెప్పగలరు?

ప్రపంచ పోటీల గురించి చెప్తూ మన జాతీయ క్రీడ లంచగొండి తనం అని అందులో మనమే ముందు ఉంటామని, లంచాలు తీసుకోవడంలో, కంచాలు ఖాళీ చేయడంలో, బిచ్చం ఎత్తుకోవడంలో మనమే ప్రపంచంలో మొదటి స్థానంలో ఉన్నామని వ్యంగ్యంగా చెప్పారు. బిచ్చం ఎత్తుకోవడాన్ని తీవ్రంగా వ్యతిరేకించారు. అసలు బిచ్చం ఎత్తుకోడానికి ప్రభుత్వం అనుమతించకూడదన్నారు. అలా చేస్తే కఠినమైన శిక్షలు విధించాలన్నారు. వారి ఉద్దేశం బిచ్చం ఎత్తుకునే స్థితి ప్రజలకు కల్పించింది ఈ ప్రభుత్వాలు, వ్యాపార వేత్తలు, దోపిడీ వ్యవస్థే. దేశంలో లంచగొండితనం, భిక్షాటన తొలగినప్పుడే దేశం అభివృద్ధి చెందుతుందని చెప్పారు.

భీమన్న గారు ప్రజలను మూడు రకాలుగా విభజించారు అన్నాను కదా అందులో బలం కలవారు పులులని, తెలివి కలవారు నక్కలని, ఈ ఇరు వర్గాలకు ఆహారంగా బ్రతుకుతున్న మూర్ఖులు గొర్రెలని సిద్ధాంతీకరించారు. ఏ మతమైన సరే పులి, నక్క కలిసి పన్నినవలే మతమని చెప్పారు. భక్తి అది ఏ దేవుడైన సరే గొర్రెల కోసం పెట్టిన ఎర అన్నారు.

భీమన్న గారి కవిత్వంలో నిర్మొహమాటం, నాన్చుడు దోరని ఉండదు. అనుకున్నది అనుకున్నట్లు రాసేశారు. ముందు తెలిపినట్లు వారు రాస్తున్న దాని పట్ల స్పష్టమైన అవగాహనతో మాత్రమే కాకుండా అనుభవంతో రాసినట్లు వారి కవిత్వ వాక్యాల ద్వారా తెలుస్తుంది. పుస్తకాల అమ్మకాలు, పుస్తకాలను చదివే వారు తగ్గిపోతూ ఉండటాన్ని నిరసిస్తూ వ్యంగ్యంగా ఇలా అన్నారు. నా పుస్తకాల గదిలో ఎలుకలు పుస్తకాలను తినేస్తున్నాయి. మనుషుల కంటే ఎలుకలే నయమని అన్నారు. ఈ వాక్యాలను దృష్టిలో పెట్టుకుంటే అప్పటికే పుస్తక అమ్మకాలు, చదివేవారు తగ్గిపోతూ వస్తున్నారన్నది అర్థం అవుతుంది.

గుడిసెలు కాలిపోతున్నై కవితా సంకలనంలో ఒక నిరసన, వ్యంగ్యం, ప్రశ్నించే తత్త్వం, ప్రతిఘటన కనపడతాయి. సమాజాన్ని మార్చాలనే సామాజిక దృక్పథంతో రాసిన కవిత్వమే గుడిసెలు కాలిపోతున్నై కవితా సంపుటిలో ఉన్నది. బోయి భీమన్న గారు అచ్చమైన భౌతిక వాది. పుస్తకంలో వారు రాసిన ప్రతి వాక్యం సమాజాన్ని చైతన్యపరచడం కోసమే అన్నట్లు ఉన్నది.

కేంద్ర సాహిత్య అకాడమీ పురస్కారం - 1975

# నార్ల హేతువాద దృష్టి 'సీత జోస్యం'

నార్ల వెంకటేశ్వరరావు ప్రముఖ పాత్రికేయులు, రచయిత. వెంకటేశ్వరరావు ఏప్రిల్ 3, 1958 నుండి ఏప్రిల్ 2, 1970 వరకు రెండు పర్యాయములు రాజ్యసభ సభ్యునిగా పనిచేశారు. కవిగా, రచయితగా, నాటక కర్తగా, విమర్శకులుగా, అనువాదకులుగా, పాత్రికేయులుగా నార్ల స్ఫూర్తిగా నిలిచారు.

అనేక రచనలు చేసిన వీరు సీత జోస్యం అనే నాటికను విమర్శనాత్మకంగా రాశారు. సుదీర్ఘమైన పీఠికలు రాసే అలవాటు నార్ల గారి సొంతం ఈ నాటకానికి కూడా 120 పేజీల పీఠిక రాశారు. రామాయణాన్ని గురించి అనేక విషయాలు చర్చకు పెట్టారు. రామాయణం మీద పరిశోధన చేసి పరిశోధకులను, పండితులను కొందరిని కొన్ని విషయాల్లో సమర్థించారు కొన్ని విషయాల్లో

విమర్శించారు. రామాయణాన్ని భక్తితో కాకుండా ఆలోచనతో చదవాలని సూచించారు.

183 పేజీలు ఉన్న సీత జోస్యం పుస్తకానికి 1981లో కేంద్ర సాహిత్య అకాడమి అవార్డు వచ్చింది. పుస్తకానికి రాసిన పీఠికలో క్రింది విధంగా చెప్పబడింది.

"ఎప్పటికప్పుడు పాత విషయాలను కొత్త దృష్టితో చూడ్డానికి ప్రయత్నించాలి, పాత విశ్వాసాలను కొత్త పరీక్షలకు పెట్టుకోవాలి. పాత గాథలకు కొత్త వ్యాఖ్యానాలను చెప్పుకోవాలి. అప్పుడు కాని మనలో కొత్త ఆలోచనలు రేకెత్తవు; అప్పుడు గాని మనలో చైతన్యం పెల్లుబుకదు; అప్పుడు గాని కొత్త తేజస్సులో ఒక జాతిగా మనం ముందుకు సాగలేము. మనలో స్తబ్దత పోవాలి, సంచలనం రావాలి. మనలో ఔదాసీన్యం గతించాలి, ఏదో ఒక పక్షం వహించాలన్న పట్టుదల రావాలి"

మనిషి ఆలోచన ద్వారానే ఇంతటి నాగరికత సాధ్యమయింది. అందులో కొన్ని మంచి ఉన్నాయి, మరికొన్ని చెడ్డవీ ఉన్నాయి. కొన్ని పాత సిద్ధాంతాలు నేటి ప్రస్తుత సమాజానికి సరిపడవు. వాటిని అలానే పాటించాలంటే కుదరదు, కొన్ని పాత విషయాల్లో వివక్ష,

మోసం, కుట్ర ఇలా అనేకం ఉన్నాయి. నేడు వాటిని పక్కన పెట్టాల్సిన అవసరం ఉన్నది.

నేడు మనుషులు అమాయకులు కాదు చైతన్యవంతులు, చైతన్యంగానే ఆలోచిస్తారు, ఆలోచించాలి. ఆ సందర్భంలోనే రామాయణ కథలోని తప్పులను విమర్శకు పెట్టారు నార్ల గారు. అయితే వారు స్పష్టంగా ఇలా కూడా అన్నారు. నేను ఆర్య దృష్టితో కాని, ఆర్యేతర దృష్టితో కాని, బ్రాహ్మణ, బ్రాహ్మణేతర దృష్టితో కాని ఈ రచన చేయలేదు. కుల వర్గ విభేదాలు సమసిపోవాలి, సమతా స్వాతంత్ర్యాలు సర్వత్రా నెలకొనాలి. ఈ దృష్టితోనే వారు సీత జోస్యం నాటకాన్ని రచించారు.

వేదాలను చారిత్రక దృష్టితో పరిశీలిస్తే, వాటిలోని ఇక్ష్వాకునికి, రామాయణం లోని ఇక్ష్వాకునికి ఏమీ సంబంధం లేదని నార్ల గారు స్పష్టం చేశారు. అయితే క్రీస్తు శకానికి పూర్వపు ఏ శాసనంలోను రాముని ప్రసక్తి కనబడదని మోరిట్స్ వింటర్ నిట్స్ రాశారని గుర్తు చేశారు.

అయితే మనం గుర్తు ఉంచుకోవాల్సిన ఒక విషయం ఏమిటంటే చరిత్రకు, పురాణానికి చాలా తేడా

ఉంటుంది. చరిత్ర కారులు ఆధారాలతోనే చరిత్రను రాస్తారు. పురాణం, కథ అలా కాదు కొన్ని ఊహలు ఉండవచ్చు, కల్పనలు, అసత్యాలు కోకొల్లలుగా ఉంటాయి. అవన్నీ వాస్తవమని నమ్మే స్థితిలో నేటి ప్రజలు లేరు. అభూత కల్పనను చెప్పి, అది దేవుడి లీల అంటే వినే స్థితిలో చాలామంది లేరు. ఆధారాలు, సాక్ష్యాలు, రుజువులు లేకపోతే పురాణాన్ని ఒప్పుకోవడం కుదరదు.

ఇండియాలో పూజలందుకున్న జంతువులలో అగ్రస్థానం వానరానిదే అని లియోల్ నూరేళ్ళ క్రితమే చెప్పిన మాటను గుర్తు చేశారు. కేవలం భయం, అభద్రత కారణంగానే నాటి ప్రజలు ప్రతి దాన్ని పూజిస్తూ వచ్చారని చెప్పుకొచ్చారు. అయితే నార్ల గారి అభిప్రాయం ప్రకారం రాముని కంటే హనుమంతుడికే ఒకటి, రెండు వేల సంవత్సరాలకు ముందుగానే పూజలు అందుకొని ఉండవచ్చు అన్నారు. ఎందుకంటే ఇంద్రుని మిత్రునిగా వృక్ష కపిని పేర్కొనడం జరిగిందని, ఇదే విషయాన్నీ బార్త్ వ్రాశాడని తెలియజేశారు. మరో కారణం ఏంటంటే హనుమంతుడు ఋతుపవనాలకు సంబంధించిన దేవతగా గ్రామీణులు భావించేవారని, ఇదే విషయాన్ని యాకోబీ ప్రతిపాదించాడని తెలియ పరిచారు.

ఉత్తరాది కట్టు కథలను, దక్షిణాది పిట్ట కథలను వాల్మీకి ఇంద్రజాలంతో రామాయణ మహా కావ్యం రూపాన్ని ధరించినట్టు దినేష్ చంద్ర సేన్ చెప్పినట్టు తెలియజేశారు. వాల్మీకి పేరుతో రాసిన రామాయణ కావ్యంలో అనేక సవరణలు జరిగాయని, సవరణలు చేసిన వారు సరిగా చేయలేదని దానికి కారణాలుగా ప్రదేశాల పేర్లు స్పష్టంగా రాయలేదని ఎందుకంటే వారికి ఇక్కడి ప్రదేశాలు సరిగా తెలియవని, నేటి శ్రీ లంక రావణుడి లంక కాదని, అది ఒక ద్వీపం అయ్యి ఉండవచ్చునని, కొందరు ఒరిస్సా ప్రాంతంలో లంక ఉండేదని చెప్పారని, చెప్పడమే కాకుండా కొన్ని సాక్ష్యాలను చూపారని అయితే లంక ఏది అనే విషయంలో అనేకులకు అనేక రకాలుగా అనుమానాలు ఉన్నాయని నార్ల గారు తెలియజేశారు.

వాల్మీకిపై హోమర్ ప్రభావం అత్యధికంగా కలదని గ్రీక్ పురాణ గాథలలోని బ్రైయేరియన్ కు యాభై తలలు, నూరు చేతులు ఉండగా, రావణుని విషయంలో వాల్మీకి వాటిని పది తలలకు, ఇరవై చేతులకు తగ్గించినట్టు వేబర్ తెలియజేశాడని నార్ల గారు చెప్పుకొచ్చారు. రామాయణంలో రాముడి కంటే సీత గొప్పదని, సీత రాముడిని అనేక విషయాల్లో వారించిందని చెప్పారు.

అయితే రామాయణం, భారతం ఇలా ఏదైనా కానివ్వండి అది ఒకరు రాసింది కాదని కొన్ని వందల మంది రాశారని, సవరణలు చేస్తూ వచ్చారని, అందులోని విషయాలు నిజాలు కాదని అభిప్రాయపడ్డారు. అలాగే రామాయణం గురించి నార్ల గారి కొన్ని అభిప్రాయాలను ముక్కుసూటిగా చెప్పారు.

1. రామాయణంలో నూటికి 75 వంతులకు పైగా పుక్కిటి పురాణమే.
2. తక్కిన 25 వంతులు కథకు కీలకం-సింహాసనానికై దాదాపు అన్ని రాజ కుటుంబాలలో కొనసాగుతూ ఉండే కుట్రలు, కుహకాలు మాత్రమే.
3. రాముడు వింధ్య పరిసరాలను దాటి రాలేదు.
4. రావణుడు గోండ్ రాజు కావచ్చు; లేదా, మరొక ఆదివాసీ తెగ రాజు కావచ్చు.
5. రావణుని లంక, ఈనాటి శ్రీలంక ఒక్కటి కావు.
6. రామ రావణ యుద్ధాన్ని రెండు విభిన్న జాతుల మధ్య సంఘర్షణ అనడం కంటే ఆహారోత్పత్తి వ్యవస్థకు, ఆహార సేకరణ వ్యవస్థకు సంఘర్షణ అనడమే ఎక్కువ సమంజసం.
7. దండకారణ్యా ప్రాంతానికి వ్యవసాయ విస్తరణతో రామునికి కొంత సంబంధం కలదు కనక, రాముని

భార్య పేరు సీత కనుక, వేద కాలపు సీత మారి మారి రామాయణ సీతగా పరిణమించినట్టు చెప్పడానికి వీలు కలిగింది.

పై అభిప్రాయాలు మౌలికమైనవి కావని, రామాయణాన్ని తార్కిక దృష్టితో చూసినప్పుడు నా బుద్ధికి సమంజసంగా అనిపించినవని తెలియజేశారు. అలాగే ఋషులు ఎవరు? రాక్షసులెవరు? ఋషుల కుట్రలో రాముని పాత్ర, ఆయుధాల ప్రశ్న, సీత, రాములు ఎలా ఉండేవారు? లాంటివి సుదీర్ఘంగా చర్చించారు.

స్థూలంగా సీత జోస్యంలో నాటకంలో సీత ద్వారా నార్ల గారు చెప్పింది ఏంటంటే? వనవాసానికి వచ్చి సాధువులాగ కాకుండా ఆయుధాన్ని ధరించి రాక్షసులను సంహరించడం ఏంటని? తల్లి, పెద్దలు చెప్పినట్లు వనవాసం రాముడు చేయలేదని, రాక్షసుల నివాసానికి ఋషులే వచ్చి తమ యజ్ఞాలకు అడ్డుగా ఉన్నారని, రాక్షసులను సంహరించడానికి రాముడిని ఉసిగొల్పారని అసలు వారు రాక్షసులు కాదని, సాధారణ ప్రజలే నని, ఋషులు యజ్ఞాల పేరుతో అడవులను దహించి వేశారని, అడవులను దహించి వ్యవసాయానికి అనుకూలంగా చేసుకున్నారని, వ్యవసాయ కూలీలు

అవసరం కనుక వర్ణ వ్యవస్థను తెచ్చారని, ఆయుధాలు లేని వారిని రాముడు తన ఆయుధంతో అనేక మందిని చంపాడని, లేనిపోని ఆర్భాటాలకు పోయి ఉన్నవి లేనివి గొప్పగా రామాయణంలో చెప్పబడిందని ప్రకటించారు.

అన్యాయంగా అడవులను నాశనం చేశారని, ఋషులకు అడ్డుగా ఉన్నారనే నెపంతో అడవుల్లో నివసించే సాధారణ ప్రజలను హత్య చేశారని, రాముని చేతిలో వేల మంది మరణించారని సీత బాధపడినట్టు నాటకంలో చెప్పబడింది. నాటకం రెండు పర్యాయాలుగా జరుగుతుంది. ముగింపులో రాముడు నాకు నీ కంటే, తమ్ముడి కంటే, కుటుంబం కంటే వంశ మర్యాదే గొప్ప అని అంటాడు. అప్పుడు సీత అది కూడా నిజమేలే ఎప్పుడైతే నా మాట విన్నారు కనుక, ఎవరైనా కాస్త పొగిడితే వారిని అనుసరించడం మీకు అలవాటే కదా. నాకు తెలిసి ఏదో ఒక రోజు నన్ను ఒంటరిగా అడవుల పాలు చేస్తారని చెప్పింది. అదే సీత జోస్యం అయ్యింది.

ఈ పుస్తకం రాయడానికి నార్ల వారు వందల పుస్తకాలు చదివారు. నార్ల గారు వ్యతిరేకించిన విషయాలకు సుదీర్ఘమైన వివరణ ఇచ్చారు. అనేక మంది చరిత్ర కారుల, పండితుల, విజ్ఞానుల, రచయితల

ఉద్దేశాలను, అభిప్రాయాలను ఉదాహరించారు. ఏ ఏ పుస్తకాలు చదివారో కూడా పుస్తకంలో పొందుపరిచారు. అయితే వారు పదే పదే కోరింది ఏమిటంటే ఏ విషయాన్ని అయినా గుడ్డిగా కాకుండా హేతుబద్ధంగా ఆలోచించాలని కోరారు. నార్ల గారి అభిప్రాయాలు నిజమో, కాదో విజ్ఞులు చర్చల ద్వారా తేల్చాలి. ఈ వ్యాసం ద్వారా మంచి చర్చ జరగాలని కోరుతూ.

కేంద్ర సాహిత్య అకాడమీ పురస్కారం - 1981

# వ్యథా(ధా)ర్త జీవుల యదార్ధ గాథలు

" కొందరు గొప్పవారుగా జన్మిస్తారు"--- అదృష్టవంతులు

"ఇంకొందరికి(రు) గొప్పదనం ఆపాదించబడుతుంది"--- వీరు అదృష్టవంతులే

"మరికొందరు గొప్పదనాన్ని సాధిస్తారు"---మనం చెప్పుకోవలసింది వీరిని గురించే!

చెప్పుకోవడానికి కావలసినన్ని అంశాలు కూడా వీరి జీవితాల్లోనే లభిస్తాయి. ఎంచేతనంటే ఈ చివరి కోవకు చెందినవారు గొప్పగా జన్మించలేదు. ఇంకెవరో, ఏవో ప్రయోజనాల నాశించి, లేని గొప్పదనాన్ని వీరికి మప్పనూ లేదు. కానీ వీరు గొప్పదనాన్ని సాధిస్తారు, సాధించారు. అలా సాధించడానికి ముందు, కోటాను కోట్లుగా ఉన్న అతి మామూలు వ్యక్తుల్లో వీరు ఒకరై వుండాలి. పరిస్థితుల

ఆటుపోట్లకు వీరూ అతలాకుతలమయి ఉండాలి. సుడిగాలిలో చిక్కుకున్న గడ్డిపరకలా వీరూ, గిరికీలు తిరిగి వుండాలి. ఎప్పుడు, ఏ దిక్కుకు, ఎగసి పోవాలో, ఎప్పుడు ఏ ముళ్ళకంచె మధ్య నిశ్శబ్దంగా రాలిపోవాలో, వీరికి తెలియక పోవాలి. రేపటి సంగతి సరేసరి మరుక్షణానికేం జరుగుతుందో కూడా తెలీని, అనిశ్చిత వాతావరణంలో వీరు మనుగడ సాగిస్తూ వుండాలి. వీరందరూ సామాన్యులే! సామాన్యంగా జన్మించి, సామాన్యంగా జీవించి, సామాన్యంగానే కనుమరుగయి పోతారు. వీరిలో ఏ నూటికొకరో కాదు, ఏ కోటికొకరో శక్తివంతులుంటారు. మరుభూముల్లోని ఏ రాయో, ఏ రప్పో వారికీ ఆసరాగా దొరుకుతుంది. అప్పుడు వారి క్కావలసినవి సేకరించుకొని ఎదుగుతారు. ఆకాశమే వారికీ అవ్వాలి సరిహద్దు.

-రావూరి భరద్వాజ

రావూరి భరద్వాజ గారు సుప్రసిద్ధ రచయిత దాదాపుగా 187 పుస్తకాలను రచించినట్లుగా పరిశోధకుల అభిప్రాయం. రావూరి గారు తెలుగులో గొప్ప సాహిత్యాన్ని సృష్టించిన వారిలో అగ్రజులు. తెలుగు సాహిత్యాన్ని మరొక సారి భారతదేశ వేదిక మీద నిలబెట్టిన గొప్ప రచయిత. వారు జీవన సమరం శీర్షికతో రాసిన యధార్థ

కథలే ఈ పుస్తకంలో ఉన్నాయి. 184 పుటలు ఉన్న పుస్తకంలో 52 కథలు ఉన్నాయి. ఈ కథలన్నీ వాస్తవాలు, నిజ జీవితాలు, వారి జీవితాలను వారే చెప్పుకున్నవి. వారి వృత్తులు ఎలా నాశనం అయ్యాయో, ప్రపంచీకరణ తమ బతుకులను ఎలా ధ్వంసం చేసిందో చూపే దీన గాథలు. ఈ పుస్తకాన్ని రాయాలంటే పరిశోధన అవసరం, వ్యక్తుల దగ్గరకు వెళ్లి వారితో మాట్లాడి చాకచక్యంగా వారి నుండి సమాచారాన్ని స్వీకరించాలి. ఏదో ఇంట్లో సోఫాలో కూర్చొని రాసిన కథలు కాదు. సమాజంలో తిరిగి, ప్రజల కష్టాలు తెలుసుకొని, వారు చెప్పే విషయాలను కథలుగా మలచడానికి కేవలం మానసిక శ్రమ మాత్రమే కాదు, శారీరక శ్రమ కూడా కావాలి. ఇందులో 52 కథలు ఒక్కో వృత్తికి సంబంధించినవి. పొట్టను నింపుకోడానికి మనిషి పడే పాట్లను వివరించిన కథలు.

ఈ పుస్తకంలోని కథలు ఈనాడులో కాలమ్ గా ముద్రణ అయ్యాయి. 1981 పుస్తకం తొలి ముద్రణ జరిగితే 1983 సంవత్సరానికి గాను కేంద్ర సాహిత్య అకాడమి అవార్డు పొందింది. మనిషి తన జీవనాన్ని జీవించడానికి చేసే సమరమే ఈ జీవన సమరం. పుస్తకానికి ముందుమాట రాసిన చేకూరి రామారావు గారి వాక్యాలు నేటి సాహిత్యకారులకి చాలా అవసరం.

"విషయాన్ని ఎన్నుకోవడంలోనూ, ఎన్నుకొన్న విషయాన్ని 'రసగుళిక'గా రూపొందించడంలోనూ, భరద్వాజ అవలంబించే విధానం విశిష్టమయింది. ఎత్తుగడలో ఉత్సుకత లేకపోతే రీడర్ వేరే శీర్షికకు వెళ్ళిపోతాడు. చరిత్ర చెపుతూనే, పూర్వాపరాలను వివరిస్తూనే, కారణాలను ఉటంకిస్తూనే, ఎక్కడా 'అతి' అనిపించకుండా చూసుకోవాలి. రీడర్ చదవడం పూర్తైన తర్వాత ఒక గాఢమైన నిట్టూర్పు విడవాలి. కన్నీటి బిందువులు చదివిన వారి కళ్లలో కదలాలి, అమానుషమైన ఈ వ్యవస్థపై జుగుప్స కలగాలి, ఈ వ్యవస్థను మార్చాలన్న ఆలోచన రీడర్ మెదడులో కలగాలి, ఇందులో ఏ ఒక్కటీలోపించకూడదు"

పైవిషయాలన్నీ రావూరి గారి జీవన సమరం పుస్తకంలో ఉన్నాయి. అందుకే ఆ పుస్తకానికి కేంద్ర సాహిత్య అకాడమి అవార్డు లభించింది. అంతకంటే లక్షల రీడర్స్ ని ఆలోచించేలా చేసింది. నేడు కథకులు గంటకు ఒక కథ తమ ఊహ శక్తి నుండి, కాల్పనిక దృష్టి నుండి రచిస్తున్నారు. రచించడమే కాకుండా గొప్ప కథకులమని తెగ సంబరపడుతున్నారు. ఒక రచన చేయడానికి అందులోను సమాజంలో జరిగే, జరుగుతున్న యదార్థ గాథలను రాయడానికి ఓపిక, కృషి, పట్టుదల ఉండాలి.

అప్పుడే వస్తువు యొక్క సమాచారాన్ని సేకరించగలరు. సేకరించిన రచన తాలుకు పూర్వాపరాలను చెప్తూ, అందులోని తప్పులను, ఒప్పులను ఉదాహరిస్తూ రాయకపోతే, ఆ రచన నిండుతనం కోల్పోతుంది. వస్తువుపై పూర్తి అవగాహన లేనిదే శిల్పం కుదరదు. అప్పుడు ఆ రచన కాలానికి నిలబడదు.

అయితే జీవన సమరం పుస్తకాన్ని చదివితే నాటి సమాజానికి, నేటి సమాజానికి తేడా తెలుస్తుంది, ప్రపంచీకరణ సామాన్యుల జీవితాలపై ఎలా దెబ్బ కొట్టిందో కనపడుతుంది, కనుమరుగైన వృత్తులు తళుక్కుమంటాయి. వృత్తిలోని మెళకువలు, మోసాలు తెలుస్తాయి. అయితే ఈ కథల్లో ఎవరూ దోపిడి దారులు కాదు. తమ పొట్ట కూటికి చారణ, బారాణ అదనంగా తీసుకునే వారే కాని వేల కోట్ల రూపాయలు దోచుకొని దేశాలను వదిలి వెళ్ళే వారు కాదు.

ఈ కథల్లోని పాత్రలు పొట్ట కూటి కోసం అనేక ప్రాంతాలు తిరిగినవి. మోసపోయినవి, బతకలేక ఉన్న ఊరును వదిలి వలస వెళ్ళినవి, అనేక పనులు చేసినా కడుపు నిండక, పిల్లలకు మంచి భవిష్యత్తు ఇవ్వలేక సతమతం అయినవి, ఎవరిని నిందించారో తెలియక

తమ జీవితాలు దేవుడు ఇలానే రాశాడని సర్దిచెప్పుకున్నవి, చదువు లేనివి, చదవాలని ఆశ లేనివి, చదవడానికి అవకాశం లేనివి, నిలువ నీడ లేనివి, శ్రమను నమ్ముకున్నవి, వారి వారి గతాల నుండి గుణపాఠాలు నేర్చుకున్నవి, దోచుకోబడ్డవి, తమ జీవితాలు ఇలా ఎందుకున్నాయని తెలియని అమాయకమైనవి. మన చుట్టూ ఉన్న జీవితాలే. మనం విస్మరించిన, పట్టించుకోని, ఆలోచించే తీరిక లేని గాథలను రావూరి గారు ఈ పుస్తకంలో చోటు కల్పించారు.

తాళాలు రిపేర్ చేసే 'జహంగీర్' ఇంటికి తాళం లేదు. ఎందుకు లేదు అంటే నా ఇంట్లో దోచుకోడానికి, ఈ తడికెల గుడిసెకు తాళం ఎందుకు అంటాడు. జీవితాలే దోచుకోబడ్డాయి ఇంకేం ఉందని వారి దగ్గర దోచుకోడానికి. బీద వారు మరింత బీద వారిగా, గొప్ప వారు మరింత గొప్ప వారుగా ఎదుగుతున్న ఈ సమాజంలో సమానత్వం ఎలా వస్తుంది? కులవ్యవస్థ, వర్ణవ్యవస్థ ఈ దేశాన్ని ఎప్పుడో నాశనం చేసాయి.

సావిత్రిని పెళ్లి చేసుకున్న ఒక నీచుడు ఎవరికో అమ్మేస్తే ఆ నరక కూపం నుండి బయట పడలేక, ఆ శారీరక హింసను భరించలేక పాతిక సంవత్సరాలకే తన

జీవితాన్ని కోల్పోయే స్థితికి వస్తుంది. ఒకరోజు అటు నుండి తప్పించుకొని బయటపడుతుంది. ఒకాయన చేరదీసి కన్నబిడ్డలా చూసు కుంటాడు ఆమెకు మిరపకాయ బజ్జీలను వేసుకొని బతకమని ఆదరిస్తాడు. సావిత్రి తర్వాత పెళ్లి చేసుకోకుండా తనను ఆదరించిన ఆ తండ్రికి కలిగిన బిడ్డలను సొంత పిల్లలుగా చూసుకుంటుంది.

"నాకసలు గొడుగులు బాగు చేయడం చేతగానే కాదండి ఆకలి నాకీ పని నేర్పింది"

అన్న చక్రపాణి మాటలు వింటే శరీరం ఒణికిపోతుంది. స్వతంత్రం వచ్చి ఇన్ని సంవత్సరాలు దాటినా ఇంకా మన దేశంలో ఆకలి తాళలేక ఆత్మహత్యలు చేసుకుంటున్నా, మట్టిని తింటున్నా, తమ మలినాన్ని తామే తింటున్న సంఘటనలు ఎన్నో జరుగుతున్నాయి. ఇది వారి తప్పు కాదు దోపిడీ ప్రభుత్వాలదే. మనిషిలో కనుమరుగు అవుతున్న సహాయ గుణం, పెరిగిపోతున్న స్వార్థం మనిషిని దిగజారేలా చేసింది.

ఈ కథల్లోని చాలా పాత్రలకు చదువు లేదు. ఎందుకు చదువు లేదని అడిగితే చదువుకున్న

నిరుద్యోగుల కంటే నేనే నయమని ఒక పాత్ర చెపితే, చదువుకోడానికి ఈ దేశం మాకు ఎప్పుడు అవకాశం కల్పించిందనే ప్రశ్నకు నేటికి జవాబు లేదు. కనీస అవసరాలైన కూడు, గుడ్డ, నీడ కరువైన ఈ దేశంలో చదువును బీదలకు లేకుండా చేసారు, ఇంకా చేస్తూనే ఉన్నారు.

గాజు పెంకులను ఏరుకొని బతికే ముత్యాలు (బాలుడు) తాను అలాంటి జీవితాన్ని అనుభవించేలా చేసింది తన తల్లిదండ్రులా లేక ఈ సమాజమా? నీది ఏ ఊరని- బట్టలకు స్టీల్ సామాన్లు అమ్ముకునే కేశవులను అడిగితే "ఈ ముండమోపి దేశంలో ఏ ఊరైతే ఏముంది బాబు అన్ని ఊర్లు వల్లకాడుల్లానే ఉన్నాయి అంటాడు. ఇది నిజమేనని ఒప్పుకోక తప్పుతుందా? నా కళ్ళముందే ఈ లోకం పాడైపోయిందన్న రామకృష్ణయ్య మాటలో వాస్తవం లేదంటారా? మనుషుల కంటే తాను పెంచుకుంటున్న పామే ఎంతో మంచిదని, అదే తనకు పది సంవత్సరాల నుండి తిండి పెడుతోందని, చెప్పినట్టు వింటుందని పాములాడించే ఖజామియా అభిప్రాయంలో నిజం లేదంటారా? కలకాలం నమ్ముకున్న పల్లెటూరు నన్ను దగా చేసిందని వ్యవసాయానికి పని ముట్లు తయారు చేసే బ్రహ్మానందం బాధకు ఈ ప్రపంచీకరణ

కారణం కాదంటారా? నా దగ్గర చెప్పుకోదగ్గవి ఏమి లేవు బాబు ఆకలి, దరిద్రమూ తప్ప అన్న పోశమ్మ బతుకుకు భరోసా ఎవరిస్తారు? ఇంకా ఎన్నో ఎన్నో ప్రశ్నలు ఈ కథల్లోని పాత్రలు సమాజంపై కుమ్మరించాయి.

దీనికి సమాధానాలు చెప్పవలసిన వారు దేశాన్ని దోచుకోవడంలో బిజీగా ఉన్నారు. అయితే రావూరి భరద్వాజ గారు వారి వారి వ్యథలను, ప్రశ్నలను రికార్డు చేశారు. వారి గొంతులను సమాజంలోకి తీసుకెళ్లే అవకాశాన్ని కల్పించారు. రచయితగా తమ బాధ్యతను నిర్వహించారు.

కేంద్ర సాహిత్య అకాడమీ పురస్కారం - 1983

# సమ్మోహనభరితమైన 'మోహనా ఓ మోహనా'

గుర్తులు గుర్తులు, వాక్యాలు వాక్యాలుగా గుర్తులు, కనురెప్పలపై సవ్వడి చేసే గుర్తులు. జ్ఞాపకాల్లో పదిలంగా దోబూచులాడుతున్న గుర్తులు ఎల్లప్పుడూ కదులుతూనే ఉంటాయి. ఆకు కదిలినప్పుడు గాలికి ఉనికి ఉందని నిర్ధారనౌతుంది. జ్ఞాపకం కదిలినప్పుడు శరీరం నిర్జీవంగా ఉందని అందులో చప్పుళ్ళు కూడా ప్రవహిస్తున్నాయని పసిగట్టవచ్చు.

బతకటానికి ఏమైనా కావాలా అనే ప్రశ్న ఎవరి గొంతులోనైన ధ్వనిస్తే కడుపుకు పిడికెడు కవిత్వం కావాలనే సమాధానం గిరికీలు కొడుతూ ముంగిట్లో వాలుతుంది. గుండె పక్కనున్న ఆమెను వెలివేస్తే ఏమైంది? చూపుల్లో కదులుతూనే ఉంటుంది. రాసే ప్రతి అక్షరంలో జీవిస్తుంది, ప్రతి సందర్భంలో గాలిలా శరీరాన్ని తాకుతూనే ఉంటుంది. అవును ఆమె బతుకుతూనే

ఉంది. కాదు కాదు కదులుతూనే ఉంది. ఒక రాత్రి, ఒక పగలు అందులో ఆమె.

గుంపులు గుంపులుగా కదులుతున్న ప్రజలను చూసినప్పుడు వారి సామూహిక ఒంటరితనాన్ని శివారెడ్డిగారు శ్వాసలా పీలుస్తారు. అవును మనుషులు గుంపులుగా కదిలినంత మాత్రానా వారి కన్నుల నీడల్లో నివసించే ఒంటరితానాన్ని పసిగట్టలేమా!? ప్రతి సమూహం ఒంటరిదే రాసుకు పూసుకు తిరిగినంత మాత్రానా మధ్యలో ఒంటరి చిచ్చు రాజ్యమేలుతూ ఉండదనుకుకోవడం అమాయకత్వం.

ఎందుకీ ఒంటరితనం? ఎందుకు వారందరూ దోసిళ్ళలో ఒంటరితానాన్ని మోసుకెళుతున్నారు? కాస్త తడి చేరగానే మట్టి రేణువులు కలిసిపోతాయి. అవసరమైతే యుద్ధం ప్రకటిస్తాయి మరి సమూహాలెందుకు? ఒంటరితనాన్ని మోసుకు తిరుగుతున్నాయి. ఎందుకంటే కోరిక, ఆశ అనే పురుగు మనిషి నరనరాల్లో చేరింది. మాటలు చనిపోయిన తర్వాత ఒంటరితనం కాక ఇంకేముంటుంది? ఎవరైనా ఇటువైపు వచ్చి ఒంటరి పక్షిని తరిమేయండి. లేదంటే ఒంటరితనంతో సమూహాలు ధ్వంసం అవుతాయి.

"ఎగిరిందేదీ ఆకాశంలో శాశ్వతంగా వుండదు

భూమ్మీదకి రావాల్సిందే"

మనిషితో పాటు తన ఊహలు ఆకాశంలో ఎగిరినా సూర్యుడు ఉదయించగానే భూమి మీద పాదాలు నడవాల్సిందే. అసలు ఆకాశంలోకి ఎగరాలనుకోవడం కంటే ఒకసారి బురదలోకి ఎగరండి, బురదలోకి ఊహలు ఊహలుగా ఎగరండి, అప్పుడే మట్టంత మనిషి అవుతారు. పక్షి రెక్కల కింద ఆకాశాన్ని నిర్మించుకున్న భూమి మీదకు వాలిపోవాల్సిందే. ఆకాశం ఒక విహారయాత్ర, భూమి శాశ్వత చిరునామ, నువ్వు జీవించినా, మరణించినా భూమే ఆస్తి. ఆరడుగుల చీకటి గృహమే జీవితానికి ముగింపు.

రాజుకు రాజ్యాంగంలోని లొసుగులు అమిత బలాన్నిస్తాయి. చట్టాలు చుట్టాలుగా వారి ఇళ్ళలో ఉన్నంత కాలం పాములు బుసలు కొడుతూనే ఉంటాయి. దేశాన్ని నమలి మింగేస్తున్న రాజును, రాజు చేతిలోని రాయిని పిండి పిండి చేయాలి. గాయాలు దేహాలపై తేలుతున్నపుడు అక్షరాల దీపాలు వెలిగించాలి.

రక్షణ కోసం నక్కలను సింహాసనాలు ఎక్కించిన పిచ్చి ప్రజలు విషపూరిత పళ్ళ కింద హత్యకు గురౌతారు.

జనాన్ని మోసం చేసినోళ్ళు ఎవరు బతికారు కనుక? పూలల్లో సమాదులయ్యారు. వారి గతంతో సహా నిప్పుల్లో నగ్నమయ్యారు. జనాన్ని మోసగించడమంటే తనను తానూ నరుక్కునట్టే. ఇప్పుడు ప్రజలకి ఎవరో రక్షణగా ఉండాల్సిన అవసరం లేదు. తనకు తానే రక్షణగా నిలవాల్సిన అవసరం వచ్చింది. ఎవరి రక్షణ మీదనో ఆధారపడకండి రక్షణగా ఉండటం కాదు రక్షణగా జీవించండి. రక్షణగా ప్రవహించండి. సమాజమే ఎల్లప్పుడూ రక్షణ.

"వృద్ధాప్యం కుడితిలో ఈగ"

చర్మంపై రాత్రి ముడతలు ముడతలుగా పరుచుకుంటుంది. కళ్ళల్లో గాజులు పగిలిపోతాయి. చేతివేళ్ళ కొసల్లపై గతం వెక్కిరిస్తుంది. హృదయం నుండి హృదయానికి అల్లుకున్న బంధాల తీగలు మెల్లె మెల్లెగా చెదిరిపోతాయి. తప్పుల కొండ చూపుల్లో తాండవిస్తుంది. కడుపులో ఆకలి పుండు పగులుతుంది. చేతులే కాదు స్వరం, స్వరంతో పాటు హృదయం కూడా వణుకుతుంది. వృద్ధాప్యం జీవితానికి ఒక వరం కావాలి కాని అదొక శాపమై బతుకును చిదిమేస్తుంటే మౌనంగా మరణించే

వారెందరో? పిల్లలను పెంచండి, పోషించండి కానీ సర్వస్వం ధారపోయకండి.

పువ్వుల్లాంటి మీ జీవితాలలో వాడిపోతున్న కాలమే వృద్ధాప్యం. ఆఖరికి నిర్లక్ష్యమే మీ చేతుల్లో కదులుతుంది. గతాన్ని పోల్చుకోకుండా చేసి వర్తమానాన్ని తెరలు తెరలుగా కాల్చేసి కొండెక్కిన దీపంలా ఊగుతున్న క్షణాలను ఎవరు పట్టుకోగలరు? సంబంధాలు, సంతానాలు. సమాజం రాక్షస గడియలను కుండీలో నింపి బహుకరిస్తే వృద్ధాప్యం కన్నా మరణమే మంచిది.

జీవితమొక గాయం, గాయం నుండే జీవితం నిర్మాణం అవుతుంది. అసలు గాయం లేని సందర్భం ఉంటుందా? ఒక గాయం నుండి మరొక గాయానికి ప్రయాణించినప్పుడే జీవితం పరిపూర్ణం అవుతుంది. గాయం గురించి మర్చిపోవాలనుకుంటే ఎంత అవివేకం? గాయాన్ని ప్రేమించండి, గాయాన్ని గుప్పిట్లో బంధించి ఊపిరిని పీల్చుకున్న వారికే గాయం విలువ తెలుస్తుంది.

గాయం మీ మాటలో మాట కావాలి, మీ నడకలో నర్తించాలి. మీ శ్వాసలో దీపమై వెలగాలి. మీ జీవితాల్లో గాయాలు ఎక్కువగా ఉన్నాయని అనుకోకండి. గాయాలు ఎక్కువగా ఉన్నాయంటే జీవిత నిర్మాణ క్రమం

పెరుగుతోందని అర్థం. గాయమెప్పుడు రక్తాన్ని చిందిస్తుందనుకోకండి. గాయం మొక్క స్థాయి నుండి వృక్షంలాగా ఎదగాలి అప్పుడే నీడల విజయాలు విస్తృతమై అందరి జీవితాల్లో వెలుగుతాయి.

ఏది దూరం దూరంగా జరగిపోకూడదు. దూరంగా జరిగిపోతున్నామంటే సమస్య హత్య చేస్తుంది. దూరం పెరుగుతోందంటే మాట మరణిస్తుంది. శివారెడ్డి గారు కలం పట్టుకున్న మూడువేళ్ళ మధ్య దూరాన్ని కూడా భరించలేమంటారు. నేనైతే శ్వాశకు శ్వాశకు మధ్య దూరం పెరిగితే మరణం శ్వసిస్తుంది అంటాను. ఆఖరికి సమాధులు కూడా దూరంగా ఉండకూడదు. ఇరుకు ఇరుగుగా ఉండే ఇల్లు ఒక ఇంద్రభవనం విశాలమైన భవనం ఒంటరితానాన్ని కక్కుతుంది. దూరం నిన్ను కోసేస్తుంది. నువ్వు తెలుసుకునేలోపే అది నీ జీవితంలోకి ప్రవేశించి సమయాన్ని దూర దూరంగా కత్తిరిస్తుంది. దూరమంటే విభజించడమే, దూరమంటే భాగాలు భాగాలుగా చేసి సందర్భాలను విసిరేయడమే. దూరం ఎంతో దూరంలో లేదు మీ అరచేతుల్లో, మీ కనుపాపల్లో, తొంగిచూస్తూ ఉంటుంది. దూరాన్ని ఎంత దూరంగా అంటే సముద్రమంత దూరంగా పారేయండి. అప్పుడే ఒక పచ్చని తోట గుండెలపై మొలుస్తుంది.

"వ్యక్తిగత విముక్తి ఒక భ్రమ"

యుద్ధం చేయండి. మీరు ఎవరి ఆధీనంలో లేరు. మీ చెర నుండి మీరు విడిపించుకోడానికి యుద్ధం చేయాలి. యుద్ధం రానివారు మీలో మీరే బందీలుగా ఉండిపోతారు. మీకోసం మీరే యుద్ధం చేసుకోలేకపొతే ఇక వేరేవారి కోసం యుద్ధం ఎలా చేస్తారు? యుద్ధం తప్పేమీ కాదు కానీ వివక్ష, విముక్తి కోసం యుద్ధం జరగాలి.

ఎవరో నవ్వుకున్నారని, మరెవరో గెలవాలని యుద్ధం చేస్తే రక్తం ఏడుస్తుంది, చెమట పగులుతుంది. యుద్ధం జరగాలి వ్యవస్థపై, మనుషులని మనుషుల దశలను ఖైదీలుగా మారుస్తున్న ఈ చీకటి వ్యవస్థపై అప్రకటిత యుద్ధం జరగాలి. అప్పుడే బాల్యం మెరుస్తుంది, యవ్వనం పనిలో పరుగు తీస్తుంది, వృద్ధాప్యం వెలుగుతుంది. మీకు యుద్ధం చేతకాకపోతే వెంటనే యుద్ధం వచ్చిన వారితో జతకట్టండి, కనీసం యుద్ధంలో ఆత్మరక్షనైన నేర్చుకోండి లేకపోతే యుద్ధమే మిమ్ములను మింగుతుంది.

ఎందుకంతా అయిపోయిందనుకుంటున్నారు? ఆకాశం నుండి భూమి మీదికి చినుకు రాలేలోపే

అయిపోయిందనుకుంటే ఎలా? అలలు తీరాన్ని తాకగానే అయిపోయిందనుకునే వారు వెంటనే మీ ఆలోచనలను మార్చుకోండి మరో అల జీవితాన్ని తాకుతుందని గ్రహించండి. ఎప్పుడూ దేనికీ ముగింపు లేదు, నిర్మాణం ఎప్పటికీ ఆగిపోదు మీలోని భ్రమలను మూటకట్టి కాల్చేసేయండి. సమయానికి రెండు అంచులు ఉన్నాయి. ఏదో ఒక అంచు వైపు నిలబడి మరో అంచుకు ప్రయాణించు, మరో అంచు అంటే మరణమే. ఏదీ అయిపోయింది, ఆగిపోయింది, ఇంకా ఉండదు అని ఉహించకు అన్నీ ఉంటాయి. అలలు అలలుగా వీస్తూనే ఉంటాయి.

"నా మొత్తం శరీరాన్ని రెండు చేతులుగా చేసి
నమస్కరిస్తాను"

ఈ వాక్యం "శివారెడ్డి" గారు తల్లిని ఉద్దేశించి రాసినది. "అమ్మ" అనే పదమే కవిత్వం, ఆమె రక్షణ ఒక కవిత్వం, ఆమె లాలన, పాలన ఒక కవిత్వం, ఆమె ప్రసవం కోటానుకోట్ల కవిత్వం, ఆమె గర్భసంచి సముద్రమంతా కవిత్వం, ఆమె నోటి పలుకు ఆకాశమంత కవిత్వం, ఆమె కన్నుల్లో తడి అక్షరాలు అక్షరాలుగా,

వాక్యాలు వాక్యాలుగా కవిత్వం. అడుగు అడుగులో కవిత్వం ఊపిరి ఊపిరికి గడ్డకట్టిన కవిత్వం కరుగుతుంది.

ఆమె చేతుల్లో కవిత్వం పెరుగుతుంది. ఆమె లేని కవిత్వం అనాధాశ్రయములో ఒంటరి బాలుడు రోదిస్తూ దృశ్యాలు దృశ్యాలుగా కదులుతుంది. అఖిలాన్ని ఇమిడున్న ఆమెలో కవిత్వం పూనితమౌతుంది. కవిత్వం ఆమె పాదాల కింద పరుచుకొని వెచ్చని ఊపిరి అందిస్తుంది. ఇప్పుడు ఆమె, కవిత్వం మాత్రమే నిలుస్తాయి. ఆమెలో కవిత్వం- కవిత్వంలో ఆమె.

కవిత్వం జనం గుండెల్లో నిలిచిపోడానికి ఊహలు, ఊహల్లో తేలియాడే భావాలు, అవసరమే లేదు కవిత్వం మనిషి పక్కన కూర్చొని ముచ్చటించాలి, కవిత్వం చేతుల్లో ఆటలాడాలి, కవిత్వం భుజాలపైకెక్కి పసిపిల్లాడిలా మారం చేయాలి.

కవిత్వం పిల్లాడి నోటిలో నుండి పాలవాసనలా పరిమళించాలి, కవిత్వం జీవితాలను విచ్చుకునేలా చేయాలి, కవిత్వం సమస్యకు పరిష్కారమవ్వాలి, కవిత్వానికి సంకెళ్ళు వద్దు కవిత్వం నదిలా ప్రవహించి గుండెలను తడమాలి.

ఇప్పుడు అలాంటి కవిత్వం కావాలి ఎక్కడ దొరుకుతుంది? ఎవరి దగ్గర ఉంటుంది? ఎవరైనా అమ్ముతారేమో చూడాలి, ఎవరైనా అద్దెకు ఇస్తారేమో కొనాలనుకుంటే ఎంత మూర్ఖత్వం? కుప్పలు తెప్పలుగా కవిత్వం ప్రవహిస్తున్న ఈ రోజుల్లో నాకు కొన్ని వజ్రాలు దొరికాయి. అందులో జీవితాన్ని నేర్చుకున్న. అందులో నన్ను నేను చూసుకుంటున్న, అందులో నేను లీనమయ్యాను. ఇప్పడు ఆయన కవిత్వం నా భాగస్వామి. ఆయన కవిత్వమే నా మోహన ఓ మోహన.

కేంద్ర సాహిత్య అకాడమీ పురస్కారం - 1990

# కాలానికి నిలబడే ఆలోచనలు 'కాలరేఖ'కు అవసరం

శేషేంద్రగా సుపరిచితులైనా గుంటూరు శేషేంద్రశర్మ గారు తెలుగు కవి, విమర్శకులు, సాహితీవేత్త, వక్త. సంస్కృత, ఆంధ్ర, ఆంగ్ల భాషల్లో పండితులు. వీరు రాసిన కాలరేఖ వ్యాస సంపుటికి 1994లో కేంద్ర సాహిత్య అకాడమీ అవార్డు లభించింది. 128 పుటలు ఉన్న పుస్తకంలో 25 వ్యాసాలు ఉన్నాయి. వాల్మీకి గారి నుండి చిలకమర్తి లక్ష్మీనరసింహం గారి సాహిత్యం వరకు పరామర్శించారు. వాల్మీకి గారి గురించి రాస్తూ పుస్తకంలో ఇలా చెప్పబడింది.

"వాల్మీకి నదుల్లో గంగానది, పర్వతాలలో హిమాలయం, అరణ్యాలలో నైమిశారణ్యం"

వాల్మీకి పెదవి కదిపితే చాలు చిలుక కొరికితే దానిమ్మ గింజలు రాలినట్లు రాలతాయి ఉపమలు. పిపీలికాది బ్రహ్మ పర్యంతమైన సృష్టిలో వాల్మీకి జ్ఞాన నేత్ర

పరిధిలో రానిది ఏది లేదు. గుడిసె తెలుసు, మహలు తెలుసు, మద్య మాంస మహిళామయ ప్రపంచం అంతా తెలుసు. కన్నీళ్ళు తెలుసు, క్రూరత తెలుసు, యుద్ధాలు తెలుసు, విలాసాలు తెలుసు, పాండిత్యం తెలుసు, పామరత్వం తెలుసు, రాజకీయాలు తెలుసు, ఋషిత్వం తెలుసు, వేట తెలుసు ఇలా ప్రతీది వాల్మీకి గారికి తెలుసనీ శేషేంద్ర గారు చెప్పడం బాగానే ఉంది కాని విస్తారమైన భారతదేశాన్ని కావ్య ప్రభావానికి లొంగజేసిన వాల్మీకి, వ్యాస భాస కాళిదాసాదులు దేవతలు. మానవమాత్రులు కారు.

వాల్మీకి ఒక రాజును దేవుణ్ణి చేస్తే, మన శేషేంద్ర గారు వాల్మీకి గారిని దేవుడిని చేసేశారు. ఇక రాబోయే రోజుల్లో మరొక కవి పండితుడు వాల్మీకి గారికి మహిమలు ఉన్నాయని కోరిన కోరికలు తీరుస్తారని రాసేస్తారు. అప్పుడు వాల్మీకి గారికి పూజలు చేయవలసి వస్తుంది. మనిషిని మనిషనే చెప్పాలి కాని దేవతలుగా మార్చడం అభ్యంతరకరం.

కవి గురించి చెప్తూ శేషేంద్ర గారు ఇలా అన్నారు. వికసించే కవి యవ్వన కవిత్వ దశ నుండి జీవన కవిత్వ దశ చేరుతాడు; జీవన కవిత్వ దశ నుండి అరణ్య కవిత్వ

దశ చేరుతాడు. అప్పుడు అతని జీవన బోధ పరాకాష్ఠకు చేరుతుంది. ప్రథమ దశలో కవికి జీవితం తామర పూలు అలంకరించిన సరస్సులా ఉంటుంది. రెండవ దశలో రౌద్రమయిన సముద్రంలా ఉంటుంది. మూడవ దశలో ఒక విశాల విశ్వ దృశ్యంగా మారుతుంది. శేషేంద్ర గారు చెప్పినట్లు ప్రతి కవికి దశలు ఉంటాయి. అయితే ఎంతమంది కవులు మొదటి దశ నుండి మూడవ దశకు చేరుతున్నారన్నది ప్రశ్న.

మొదటి దశ నుండి మూడవ దశకి చేరడానికి అనుకూలమైన వాతావరణం ఉండాలి. తోటి కవుల సహకారం ఉండాలి, విస్తృతమైన పఠనం కావాలి, ఆలోచించే విధానం మారాలి, వాస్తవాలను తెలుసుకోవాలి, భావవాదుల నుండి భౌతికవాదులుగా మారాలి, ఒక ప్రాపంచిక దృక్పథం ఏర్పరచుకోవాలి ఇలా అనేకం ఉంటేనే కాని మూడవ దశకు చేరుకోలేరు.

అయితే నేడు యువత కవిత్వం వైపు అడుగులు వేయడం లేదు. ఉన్న కొంత మంది కవుల్లో రాజకీయాలు, గ్రూపులు ఉన్నాయి. కొత్త వారికి ప్రోత్సాహం లభించడం లేకపోగా మొదటి దశలో ఉన్న కవులను తుంచేయడం జరుగుతోంది. సమాజం కోసం కాకుండా సొంత లాభాల

కోసం కవిత్వం రాస్తున్నారు. వీటిని విస్మరించి సమాజం కోసం కవిత్వాన్ని రాసే కవులు మాత్రమే మొదటి దశ నుండి మూడవ దశకు చేరుతారు.

వాల్మీకి రామాయణం, వ్యాసుడి భారతం 24 వేల శ్లోకాలతో రాయబడిన కావ్యాలని అలాగే అరవిందుడు కూడా 24 వేల పంక్తుల్లో రాశారని తెలియజేశారు. అయితే వాల్మీకి, వ్యాసులు ప్రాచీన సంస్కృత భాషలో రచిస్తే అరవిందుడు మాత్రం ఆధునిక సంస్కృతంలో రాశారని చెప్పారు. సంస్కృత సాహిత్యంలో ఏ కవి పేరు వారి అసలు పేర్లు కావని వాల్మీకి పేరు కూడా వాల్మీకి కాదని అసలు పేర్లు రత్నకరుడని, భార్గవుడని, ప్రచేతనుడని చెప్తూనే రుజువులు మాత్రం లేవని చెప్పారు. అలాగే వ్యాసుడి పేరు కూడా కనుగొనడం మరింత కష్టమనీ, జయం, భారతం, మహా భారతం, వేద విభజన, బ్రహ్మ సూత్రాలు, పురాణాలు, పతంజలి యోగ సూత్రాలు ఇవన్నీ రాసిన వ్యాసులు ఒక్కరేనా లేదా అన్నది చెప్పలేమనీ అయితే ఇవన్ని ఒకరే రాశారన్నది సంప్రదాయంగా మారిందని చెప్పారు.

అరణ్యా రాముడ్ని వాల్మీకి వర్ణించిన శైలిని వ్యాసుడు తీసుకున్నారని. వాల్మీకిని మొదట

అనుసరించింది వ్యాసుడేనని తెలియజేశారు. పాశ్చాత్య దేశాల్లో క్రైస్తవం చర్చిలలో ఉన్నదని, అలాగే ఇస్లాం మతం మసీదుల్లోనే ఉంది, గజల్లో లేదని చెప్పారు.

అయితే మన సాహిత్య కారులు సంస్కృతి, సంప్రదాయాలు సాహిత్యం చేశారని చెప్పుకొచ్చారు. శేషేంద్ర గారు విస్మరించిన విషయం ఏంటంటే సంస్కృతి, సంప్రదాయాలు పేరుతో వివక్ష, దోపిడీ, వర్ణవ్యవస్థ, కులవ్యవస్థ, స్త్రీ హింస ఇలా చెప్పుకుంటూ పోతే ప్రాచీన బ్రాహ్మణ సాహిత్యం చేసిన అరాచకం అంతా ఇంతా కాదు.

ఇద్దరు ఋషులు దేశానికి వారసత్వంగా ఇచ్చిపోయిన సాహిత్య సంస్కృతికి కాళిదాసు చివరి కాపలాదారుడని భారతీయ సాహిత్య చరిత్ర చెప్తున్నట్టు శేషేంద్ర గారు గుర్తు చేశారు. అలాగే ఆయన తర్వాత సంస్కృతి క్రమంగా పతనం అయ్యిందని కూడా అభిప్రాయపడ్డారు.

శేషేంద్ర గారు ఏ సంస్కృతి గురించి మాట్లాడారో తెలియడం లేదు. సంస్కృతి ఎక్కడా పతనం కాలేదు. కాలానికి అనుగుణంగా మారుతూ వచ్చింది. అయితే మనం ఇక్కడ ఒకటి గమనించాల్సిన విషయం ఏమిటంటే గత సంస్కృతిలో జరిగిన అనేక

దురాక్రమణాలు, దురాచారాలు, అన్యాయాలు, అక్రమాలు, వివక్ష, హింస, దోపిడీ ఇలా అనేక విషయాల్లో మార్పు వచ్చింది. నిజానికి చాలా విషయాలో ప్రజలకు చైతన్యం లభించింది, ప్రజలు ప్రశ్నించడం మొదలు పెట్టారు. నాటి ప్రజల కంటే నేటి ప్రజలు విజ్ఞానవంతులు, మంచి సంస్కృతిని, సంప్రదాయాలను చక్కగా అనుసరిస్తున్న వారు. సంప్రదాయం, సంస్కృతి పేరుతో జరిగిన అనేక చెడు విషయాలను ప్రతిఘటించి ముందుకు వెళ్తున్న వారు. అప్పటి ప్రజలలాగా మౌనం వహించని వారు.

విప్లవ కవిత్వం సాహిత్య విమర్శ అంటూ రాసిన వ్యాసంలో విమర్శ గురించి, విమర్శకులు ఎలా విమర్శ చేయాలో చెప్తూ శేషేంద్ర గారు ఇలా అన్నారు. విమర్శ కేవలం సాహిత్యం పై ఉండాలి తప్ప సాహిత్యకారునిపై కాదని, విమర్శకులు విమర్శించే కావ్యంలో మూడు విషయాలు పరిశీలించాలని

1. అలంకారం
2. భాష
3. వస్తువు

అలాగే కవి చెప్పే ఏ విషయం వస్తువు అంటున్నామో అదే అలంకారంగా మారుతుందని, వస్తువు అలంకారాలుగా మారడమే కవిత్వమని తెలియజేశారు. "వస్తువు వందరూపాయలు అయితే దాన్ని మార్చినప్పుడు మెరిసే వంద రూపాయి నాణాలు అలంకారాలు కావున కావ్యంలో వస్తువు, అలంకారాలు అభిన్నములని చెప్పారు." వస్తువు చేత కావ్యానికి రంగు వస్తుంది. విప్లవ వస్తువు తీసుకుంటే విప్లవ కావ్యం, ప్రేమ వస్తువు తీసుకుంటే ప్రేమ కావ్యం ఇలా ఒక కావ్యం విప్లవ కావ్యమా, ప్రేమ కావ్యమా అని చెప్పడానికి తీసుకున్న వస్తువును బట్టి ఉంటుందని చెప్పారు. అయితే కొన్ని సార్లు ఒకే వస్తువులో అనేక రూపాలు కూడా ఉండటం మనం గమనించవచ్చు.

కవిత్వం రెండు విధాలుగా వస్తుంది :

1. స్వానుభూతి చేత రాసే కవిత్వం
2. సహానుభూతి చేత రాసే కవిత్వం

స్వయంగా అనుభవించి రాసే కవిత్వమే స్వానుభూతి కవిత్వం. అనుభవించింది, చూసి, పరిశీలించి రాసిన కవిత్వమే సహానుభూతి కవిత్వం. ఇందులో మొదటి కవిత్వం బాగుంటుంది. అయితే శేషేంద్ర

గారు సహానుభూతి కవిత్వం కూడా బాగుంటుందని. దానికి ఉదాహరణగా ఒక పిల్లవాడు బాధపడితే తన తండ్రి బాధపడుతూ కవిత్వం రాస్తే తప్పకుండా ఆ కవిత్వం బాగుంటుందని చెప్పారు. ఎందుకంటే కొడుకు స్థితి చూసి తండ్రి బాధ ఎక్కువగా ఉంటుంది. అలాంటప్పుడు సహానుభూతి కవిత్వం కూడా జయిస్తుంది.

గజల్ గురించి ఐదు వ్యాసాలు రాసిన శేషేంద్ర గారు గజల్ చరిత్ర గురించి, ప్రపంచ గజల్ రచయితల గురించి, గజల్ ప్రజలను ఎలా ఉర్రూతలూగించిందీ తెలియజేశారు. గజల్ అంటే "అడవిలో లేడికి అకస్మాత్తుగా పులి ఎదురైనప్పుడు లేడి నోట్లో నుండి వచ్చే శబ్దమే గజల్ అని గజల్ తత్వవేత్తలు చెప్పినట్టు తెలియజేశారు. గజల్ ఒక రంగుల పక్షి, రెండు రెక్కలు ఒక గొంతుక, అదే సంపద అని చక్కగా వివరించారు. మొదట గజల్ ప్రేమగా ఉండేదనీ ఎప్పుడైతే శ్రీశ్రీ తిరుగుబాటు చేశారో అప్పటి నుండి గజల్ అభ్యుదయ మార్గం వైపు తిరిగిందని అభిప్రాయపడ్డారు.

కులీకుతుబ్ షా 16వ శతాబ్దంలో మొదటి గజల్ రాశారని అలాగే వలీ, మీర్, సౌదా, గాలిబ్, జాఫర్, దాగ్,

హాలీ, ఇక్బాల్ లాంటి వారు గజల్ ప్రముఖులని, అయితే రెండు మూడు వందల సంవత్సరాలలో మహా కవులు అంతా కలిసి ఒక బ్రహ్మాండమైన గజల్ నక్షత్ర మండలాన్ని సృష్టించారని చెప్పారు. దోహాలకు ప్రతిబింబాలే గజల్స్ అని శేషేంద్ర గారు అభిప్రాయపడ్డారు.

కాలరేఖ పుస్తకంలో నేటి యువ కవులకు, సాహిత్య విమర్శకులకు అవసరమైన సూచనలు, సలహాలు ఉన్నాయి, విశేషమైన పరిశోధన ఉన్నది, అనేక విషయాలను విశదీకరించడం గమనించవచ్చు అయితే శేషేంద్ర గారి కొన్ని అభిప్రాయాలు నేటి కాలానికి నిలబడవు.

కేంద్ర సాహిత్య అకాడమీ పురస్కారం - 1994

# సమాజం నుండి సమాజం కొరకు సమాజంకై పుట్టిన కథలు

కేతు విశ్వనాథ రెడ్డి ప్రసిద్ధ సాహితీవేత్త మరియు విద్యావేత్త. ఈయన ప్రధానంగా కథా రచయితగా ప్రసిద్ధులు. కేతువిశ్వనాథ రెడ్డి 'విశ్వనాథ రెడ్డి కథలు' అనే కథా సంపుటికి కేంద్ర సాహిత్య అకాడమీ అవార్డు పొందారు. కేతు విశ్వనాథ రెడ్డి 'విశ్వనాథరెడ్డి కథలు' శీర్షికతో వచ్చిన కథా సంకలనంలో 30 కథలు 244 పుటలలో ఉన్నాయి. ఈ పుస్తకానికి తెలుగు విశ్వవిద్యాలయం అవార్డు, భారతీయ భాషా పరిషత్ (కలకత్తా) అవార్డు, కేంద్ర సాహిత్య అకాడమీ అవార్డు లభించాయి. 1991 ఆగష్టులో మొదటి ముద్రణ జరిగింది. ఇప్పటికీ అత్యంత ఆదరణ పొందుతున్న కథా సంపుటి. దాదాపుగా అన్ని కథలు ప్రధమ పురుషలోనే చెప్పబడ్డాయి.

కేతు విశ్వనాథ రెడ్డి కథలు ఊహాగానాలు కాదు, నిజ జీవిత గాథలు. అందమైన అలంకారాలు కేతు విశ్వనాథ రెడ్డి కథల్లో కనపడవు. చక్కని అనుభూతి ఉంటుంది. కడప జిల్లా రాయలసీమ మాండలిక భాషలో కథలు ఉంటాయి. అంటే ప్రజల భాషలో ప్రజలకు మంచి కథా సాహిత్యాన్ని అందించిన ప్రముఖ కథకులలో కేతు విశ్వనాథ రెడ్డి ఒక్కరని చెప్పక తప్పదు.

'ప్రేమ రూపం' అనే కథలో రచయిత ప్రేమ కథా వస్తువు కోసం పడిన ఆరాటం, ఆ తర్వాత ఒక ముసలామెతో మాట్లాడి ఆమె జీవితంలో ఉన్న ప్రేమ కథను రాబట్టుతారు. ఇక్కడ మనం గమనించాల్సిన విషయం ఏమిటంటే కథకుడు ఏది పడితే అది రాయాలను కోవడం లేదు. వాస్తవిక కథలే రాయాలనుకోవడం, దాని కోసం తనకు కావాల్సిన కథా వస్తువు దొరికే వరకు వెతకడం.

నేటి కథకులు చాలా మంది అలా చేయడం లేదు ఏ కథ కావాలంటే ఆ కథను నిమిషాల్లో రాసేస్తున్నారు. వందల కథలు ఏడాది వ్యవధిలో రాసేస్తున్నారు. మరి ఆ కథలు ఎందుకు కాలానికి నిలబడటం లేదు? ఎందుకంటే

అవి రచయిత మస్తిష్కం నుండి పుట్టినవి. సమాజం నుండి సమాజం కోసం పుట్టినవి కాదు కనుక.

అచ్చుమ్మ అనే ముసలామె యీరారెడ్డితో కలిసి ఉంటుంది. రచయిత ఆమె దగ్గరకు వెళ్లి ఆమె కథను తెలుసుకుంటాడు. నీకు పెళ్లి కాలేదా? ఈ యీరారెడ్డి ఎవరు? ఎందుకు ఇతనితో ఉన్నావనే ప్రశ్నలు అడుగుతారు.

నాకు చిన్నప్పుడే పెళ్లి చేశారు. ఈ యీరారెడ్డి గాడు నా మొగుడికి తాగుడు నేర్పించాడు. తాగి తాగి వాడి కడుపులో పుండు పుట్టి చనిపోయాడు. ఆ తర్వాత తెలిసింది యీరారెడ్డి గాడికి నా మీద మనసైందని, మొగుడు చనిపోయిన తర్వాత పాపకు పెళ్లి చేసిన దాని మొగుడు పెద్ద రోగంతో చనిపోయాడు. ఆ తర్వాత దానికి మళ్ళీ పెళ్లి చేసిన ఇక కూతురు దగ్గరికి పోలేక ఇక్కడ వీడి దగ్గర ఉంటున్న అంటుంది. అంటే నువ్వు కూడా మళ్ళీ పెళ్లి చేసుకున్నావా? అని రచయిత అడిగే ప్రశ్నకు అచ్చుమ్మ సమాధానం.

“పెళ్లి లేదు గిల్లి లేదు మా ఊరు చెడ్డది ఒంటరిగా
ఉన్న ఆడదాన్ని చూస్తే కుక్కల్లా ఎగబడతారని అందుకే
వీడి పంచన పడి ఉన్నానని చెప్తుంది.”

ఈ కథ ద్వారా రచయిత స్త్రీ ఒంటరిగా ఉంటే తన శరీరానికి, ప్రాణానికి భద్రత లేదని తెలియజేశారు. అచ్చమ్మ జీవితం చిన్నప్పటి నుండి తన చేతుల్లో లేదు. తనకు పెళ్లి గురించి తెలియని వయసులోనే పెళ్లి కావడం, స్నేహితుడి పేరుతో తన భర్తకు దగ్గరై భర్తను పొట్టన పెట్టుకున్న యిారారెడ్డి తోనే జీవితం గడపాల్సిన దుస్థితి రావడం మనకు కనపడతాయి. ఆనాడు కేతు విశ్వనాథ రెడ్డి చర్చించిన ఈ సమస్య నేటికీ ఉన్నది. కథలో అచ్చమ్మను కథకుడు నీకు మొదటి పెళ్లి ఇష్టమా, రెండవది ఇష్టమా అంటే

"అదేదో నాకు తెలియదు నాయన మొదటిది మా వాళ్ళు చేశారు, రెండవది మనిషి చాటు కోసం పడి ఉన్నాను. ఆ ప్రేమలేం చేసుకుంటాము వాటిని కొరుక్కొని తినలేం కదా! అంటుంది."

అచ్చమ్మ తన జీవితంలో జరిగిన ప్రతి విషయాన్ని ఆహ్వానించింది. తన సొంత నిర్ణయాలు, ఆలోచనలు లేవు, తన జీవితం తన చేతుల్లో లేదు. కానీ ఆమె అనుభవిస్తున్న దానిలో ప్రేమను వెతుక్కుంది. ప్రేమ కంటే జీవితం గొప్పదని అనుకుంది. కానీ ఈ కథ అప్పట్లో కేతు విశ్వనాథ రెడ్డి గారి మీద విమర్శకు దారి తీసింది. అప్పట్లో

కేతు విశ్వనాథ రెడ్డి ఒక మాట అన్నారు. "మన అందరి జీవితాల్లో కారిపోయే ప్రేమలేమిటి? ప్రేమల్లో దాంపత్యాల్లో ఏ ప్రత్యేకతలు ఉన్నాయి. మన జీవితం కంటే అచ్చుమ్మ అవ్వ జీవితం గొప్పది. తన రక్షణ గుర్తించింది. ప్రేమను శాసించే సూత్రాన్ని శాసించింది. ఇవి మనం గుర్తించామా?"

'ఆ రోజులే వస్తే' అనే కథలో ఒక అవినీతి ఎస్సై గురించి రాసిన కథ. ఒక పోలీసు అధికారి తన గ్రామ పరిధిలో ఉన్న ఒక సోమయ్యా అనే రైతును మోసం చేయడమే కథా వస్తువు. అధికారం చేతిలో ఉంది కదా అని సోమయ్యను మోసం చేస్తాడు. సోమయ్యా పోలీసు స్టేషన్ ముందు నుండి ఎడ్ల బండిలో జొన్నలు వేసుకొని పోతూ ఉంటే ఎస్సై పిలుస్తాడు. అందులో ఒక మూట దింపిపో అంటాడు. దానికి సోమయ్యా చాకచక్యంగా మూట దింపకుండా వెళ్ళిపోతాడు.

ఆ కోపాన్ని మనసులో పెట్టుకొని సోమయ్యా పొలంలో గంజాయిని వేయించి నువ్వు గంజాయి సాగు చేయిస్తున్నావు, నీకు జైలు శిక్ష పడుతుందని అలా వద్దంటే, ఐదు వందలు అపరాధం కట్టమని చెప్తాడు. ఊరి పెద్ద జోక్యం చేసుకొని సోమయ్యా బీదవాడు, అతని

దగ్గర అంత డబ్బు ఎక్కడి నుండి వస్తుందని తగ్గించి కట్టమంటాడు.

సోమయ్యను పోలీసు అధికారి ఆరోజు ఒక్క మూట అడిగితే ఇవ్వలేదు ఇప్పుడు చూడు ఏమైందో అనగానే సోమయ్యా ముళ్ళకర్ర తీసుకొని ఎద్దును బాదుతూ "ఆకాశం బతకనీదు; మనుషులు బతకనీరు. నువ్విట్లా! నీయమ్మ నిన్ను నాటు కట్టెతో కొట్టాలే అని తిట్లకు లంకించు కున్నాడు." కథను రచయిత "ఆ ముళ్ళకర్ర తనను బాదే రోజులొస్తే! యెక్కడొస్తాయి? ఎప్పుడు వస్తాయిలే, వస్తే" అంటూ ముగించారు.

అన్యాయాన్ని ప్రశ్నించాలి, ఎదురుతిరగాలి అనే విషయాన్ని చెప్తూ చిన్న వాక్యంలో ముగించారు. చాలామంది రచయితలు కథ యొక్క ముగింపు కల్పితంగా ముగిస్తూ ఉంటారు. అలా కాకుండా కేతు విశ్వనాథ రెడ్డి గారు సమాజంలో మార్పు రావాలని సహజ సిద్ధంగా కథను ముగించారు.

1979లో రాసిన ఈ కథలో రచయిత కోరుకున్నది అన్యాయాన్ని ప్రతిఘటించమని. 2019లో ఆ విషయంలో చాలా మార్పే వచ్చింది. నేడు అధికారులు మోసం చేస్తుంటే మోసపోవడానికి సిద్ధంగా ఎవరూ లేరు.

అప్పటితో పోల్చుకుంటే ప్రశ్నించే, ప్రతిఘటించే తత్వం ఎక్కువగా ఉంది. ఇప్పటికి చాలా చోట్ల ఇలాంటివి జరుగుతున్నాయి. అక్షరం మాత్రమే దాన్ని మార్చగలదు.

'దప్పిక' కథలో ఒక వ్యక్తి అటెండరు స్థాయి నుండి డిప్యూటీ తహసిల్దార్ స్థాయి వరకు ఎదిగి రిటైర్డ్ అయినా తర్వాత ఊర్లో ఉన్న రైతులకు డబ్బు వడ్డీలకు ఇస్తూ భూమిని కొంటూ ఆ భూమిలో మొక్కలు, చెట్లు పెంచేవాడు. ఆ సందర్భంలో గంగన్న అనే రైతుకు తన కొడుకుకు గొడవ అవుతుంది. ఆ గొడవకు మధ్యవర్తిత్వం చేసి భూమి మొత్తం తానే కొంటాడు. పైగా గంగన్నకు తానేదో గొప్ప పని చేశానని పొంగిపోతాడు.

తన స్నేహితుడు సోమశేఖర్ దానిని వ్యతిరేకిస్తాడు. భూమి, కరెంటు అంతా తమ చేతిలో పెట్టుకోవడంతోనే గంగన్న జీవితం వీధిన పడింది అంటాడు. ఈ కథలో రచయిత భూస్వాములు రైతులను ఏ విధంగా మోసం చేస్తారో, మోసం చేసి కూడా అదే గొప్ప పని అని ఎలా ప్రచారం చేసుకుంటారో వివరించారు. నేటికి భూమి కొందరి చేతుల్లో ఉండిపోయింది. ఈ వ్యవస్థ మారాలి. సహజ వనరులు అందరికీ దక్కాలి. దీనిపై పోరాటాలు నేటికి జరగాల్సిందే.

కేతు విశ్వనాథ రెడ్డి కథల్లో పాత్రలు ఆలోచనారహితంగా మాట్లాడవు ఎంతో ఉన్నతంగా ఆలోచిస్తాయి. సమాజానికి హితవు పలుకుతాయి. కేతు విశ్వనాథ రెడ్డి వస్తువును మాత్రమే కాదు పాత్రల భాషను కూడా సమాజం నుండే తీసుకుంటారు అందుకే వారి కథలు అత్యంత ప్రజాదరణ పొందాయి.

నాటి కాల పరిస్థితులను, మనసుల స్వభావాన్ని, వ్యక్తిత్వాలను ఉన్నది ఉన్నట్లు వారి కథల్లో రికార్డు చేశారు. పచ్చని పల్లెలు నగరీకరణ ఎలా అయ్యాయో, మనుషుల బంధాలు ఎలా బలహీనమయ్యాయో, రైతులు కూలీలుగా ఎలా మారారో, కులాలు, మతాలు మనుషుల మధ్య ఎలా చిచ్చు రేపుతాయో, ఒంటరి మహిళలను సమాజం ఏ విధంగా వాడుకోవాలని చూస్తుందో, ఫ్యాక్షన్ గొడవలు, పార్టీల తగాదాలు, పట్టణీకరణ, దోపిడీ వ్యవస్థ, పెట్టుబడిదారీ వ్యవస్థ, రాయలసీమ కరువు, మతసామరస్యం ఇలా అనేక విషయాలు వారి కథల్లో ఉన్నాయి.

కేతు విశ్వనాథ రెడ్డి కథల్లో రచయిత గొంతు ఉండదు, ప్రజల గొంతు ఉంటుంది. పుస్తక భాష ఉండదు, ప్రజల భాష ఉంటుంది. వారి మేధస్సు నుండి కథలను

రాయలేదు. సమాజం నుండి సమాజం కొరకు రాసిన కథలివి. రాయలసీమ మరీ ముఖ్యంగా కడప యాస, భాష కథల్లో పరిమళిస్తూ ఉంటుంది.

సమాజం నుండి కథా వస్తువును తీసుకొని చక్కని శిల్పంతో కథనాన్ని నడపగల నైపుణ్యం కేతు విశ్వనాథ రెడ్డి గారికి ఉన్న శక్తి. ఏ ఒక్క వాక్యం అభూతకల్పనగా అనిపించదు. అత్యంత వాస్తవికమైన కథలు మాత్రమే కేతు విశ్వనాథ రెడ్డి గారి కలం రాస్తుంది. కథను నిర్మించే పద్ధతీ, కథనాన్ని నడిపే తీరు, పాత్రల సంభాషణ, చక్కని భావుకత నేటి యువ కథకులు వారి నుండి తెలుసుకోవాల్సిన విషయాలు.

కేంద్ర సాహిత్య అకాడమీ పురస్కారం - 1994

# వల్లంపాటి 'కథా శిల్పం'

వల్లంపాటి వెంకటసుబ్బయ్య గారు 1937, మార్చి15న చిత్తూరు జిల్లా రొంపిచర్లలో జన్మించారు. వారు రచించిన "కథాశిల్పం" రచనకు 1999 సంవత్సరానికి కేంద్ర సాహిత్య అకాడమీ అవార్డు లభించింది.

కథలు రాయాలని చాలామందికి ఉంటుంది. సామాజిక మాధ్యమాలు, ఆన్ లైన్ పత్రికలు, స్వీయ ప్రచురణ వెబ్ సైట్స్ వచ్చిన తర్వాత చాలా మంది యువ రచయితలు కథలను రాస్తున్నారు. ఇందులో కొంతమంది యువ కథకులు మంచి కథా సాహిత్యాన్ని అందిస్తుంటే చాలామంది వెనుకబడిపోవడం గమనిస్తూనే ఉన్నాము. దీనికి అనేక కారణాలు ఉన్నాయి.

కథలను రాయాలంటే కథా సాహిత్యాన్ని బాగా చదవాలి, కథా శిల్పం గురించి, పాత్రలు ఎలా డెవలప్ చేయాలి, దృష్టి కోణం, కంఠస్వరం లాంటి విషయాలు

తెలుసుకోగలిగితే మంచి కథా సాహిత్యాన్ని రాయగలుగుతారు. వీటితో పాటు కథా కథనం, కథాంగాలు, కథలకు ఉండాల్సిన లక్షణాలు లాంటి ఎన్నో విషయాల గురించి చర్చించిన పుస్తకమే వల్లంపాటి వెంకటసుబ్బయ్య గారి "కథా శిల్పం". 138 పుటలు ఉన్న పుస్తకంలో ఎనిమిది వ్యాసాలు ఉన్నాయి.

యువ రచయితలు కథకు, నవలకు మధ్య వ్యత్యాసం తెలుసుకోవాలి. కథ ఒక సంఘటనను చర్చిస్తే నవలలో పాత్రల ఆలోచనను, జీవితాన్ని, పాత్రల మార్పును లాంటివి ఎన్నో ఉంటాయి. సుబ్బయ్య గారు ఇలా అంటారు.

"నవల మసక చీకటి మైదానం మీద పెద్ద లైటు వేసి కను చూపు ప్రసరించినంత మేరా చూపుతుంది. కథ చిన్న టార్చి లైటు వేసి జీవిత రేఖలోని ఒక బిందువును, ఒక జీవిత శకలాన్ని, చూపుతుంది."

దీని అర్థం జీవితంలోని ఒక సంఘటన, సందర్భం మాత్రమే కథలో చర్చించే అవకాశం ఉంటుంది. అదే నవలలో కొన్ని జీవితాలను విశాలంగా చూపుతుంది. రీడర్ విషయానికి వస్తే ఒక రీడర్ నవల చదివితే అందులోని కొన్ని పాత్రలను, సంఘటనలను గుర్తు

చేసుకొని అనుభూతి పొందుతాడు. కథ అయితే పూర్తిగా ఫీల్ అవుతాడు.

హెచ్.జి.వెల్స్ అభిప్రాయం ప్రకారం అభద్రతా భావమే కథానిక పుట్టుకకు ముఖ్య కారణం. మానవుని అంతర్గత సంఘర్షణ, తన సమస్యలను ఎవరికీ చెప్పుకోలేక పోవడం వల్ల కథా పుట్టుక జరిగి ఉండవచ్చు. నేటికీ మన సమాజంలో ఎన్నో విషయాల గురించి చర్చించడం నిషేధం అనేలా ప్రవర్తిస్తున్నారు. ఇప్పుడే ఇలా ఉంటే గతం ఎలా ఉండేదో అర్థం చేసుకోవచ్చు. మంచి కథకు నాలుగు లక్షణాలు తప్పనిసరిగా ఉండాలని, ఉంటే బాగుంటుందని సుబ్బయ్య గారి కథా శిల్పం పుస్తకంలో చెప్పబడింది.

1. క్లుప్తత
2. అనుభూతి ఐక్యత
3. సంఘర్షణ
4. నిర్మాణ సౌష్టవం.

క్లుప్తత: కథ దేని గురించి రాస్తున్నాము, శిల్పం విషయంలో ఎంత శ్రద్ధ వహించాము లాంటి విషయాలను తెలిపేదే క్లుప్తత. నవలలో కంటే కథలో క్లుప్తత ఎక్కువగా ఉండాలి. కథ యొక్క పరిమాణం తక్కువ కనుక

అనవసర చెత్త కథల్లో ఉండకూడదు. కథల్లో ఎక్కువగా విషయాన్ని చర్చించడం చెప్పవలసిన దాని కంటే ఎక్కువగా చెప్పడం కథా ప్రక్రియకు విరుద్ధం. కథల్లో విషయం మొత్తం చెప్పడం వల్ల దాని విలువ కోల్పోతుంది. ఎంత అవసరమో అంతే చెప్పాలి. అవసరమైతే తక్కువగా ఉండేట్లు చూసుకోవాలి. అసలు క్లుప్తత అంటే కథ పరిణామం తగ్గించడం కాదు. తీసుకున్న వస్తువును బట్టి కథ పరిణామం ఉంటుంది. ఇతివృత్తానికి మించి కథను రాయడం వల్లే కథ యొక్క క్లుప్తత కోల్పోతుంది.

చాలామంది కథకులు తీసుకున్న వస్తువుకు వారు ఎత్తుగడలో చేసే వర్ణనకు సంబంధమే ఉండదు. పరిసరాలను అతిగా వర్ణించడం, పాత్రలను ఎక్కువగా వర్ణించడం, పాత్ర ఏమి ఆలోచిస్తుందో వర్ణించడం లాంటివి చేస్తూ ఉంటారు. ఇలా చేయడం వల్ల కథకు ప్రయోజనం ఉన్నదో లేదో చూసుకోవాలి. కథలోని విషయాన్ని ఎక్కువగా వివరంగా చెప్పడానికి ప్రయత్నం చేస్తుంటారు. ఇక్కడ కథకులు ఒక విషయం గుర్తు పెట్టుకోవాలి. రీడర్స్ చిన్న పిల్లలు కాదు, ప్రతీది విడమర్చి చెప్పడానికి కథా సాహిత్యానికి అది సరితూగదు. నవలలో అలాంటివి చేసుకోవచ్చు. కథల్లో అనవసరమైన సంభాషణలు,

సంఘటనలు చొప్పించడం కూడా కథ తన స్వభావాన్ని కోల్పోతుంది.

అనుభూతి ఐక్యత: "మొదటి వాక్యం నుండి కథ యొక్క చివరి వాక్యం వరకు కథ, కథాంశం అనే తీగపైనే నడవాలంటారు సుబ్బయ్య గారు. అంటే తీసుకున్న వస్తువును వదిలి కథనం పక్కకు వెళ్ళకూడదు. అలాగే కథనంలో ఏకాగ్రత లోపించడం, అలసత్వం ఉండటం చేత కూడా కథ యొక్క అనుభూతి కోల్పోతుంది. అనుభూతి ఐక్యతను సాధించాలంటే కథకులు కష్టపడి సాధించాల్సిన అంశాలను సుబ్బయ్య గారు తెలియజేశారు.

అనుభూతి ఐక్యత సాధించాలంటే రెండు మార్గాలున్నాయి.

1. ఒకే సంఘటనను పరిమితంగా పాత్రను చిత్రించడం. అంటే కథలో ఒకే పాత్ర లేదా ఒకే సంఘటన ఉండాలని కాదు. ఇతర సంఘటనలు, పాత్రలు అప్రధానంగా ఉంటూ; కథాంశాన్ని వెలిగించే సంఘటనకు, పాత్రకు దోహదం చేయాలి.

2. రచయిత ఎన్నుకునే ప్రధాన సంఘటన, పాత్రలో గుణాత్మకమైనమార్పుకు కారణభూతమయ్యేదిగా ఉండాలి.

సంఘర్షణ: సంఘర్షణ లేని కథల్లో ఫీల్ ఉండదు. సంఘర్షణ ఎన్ని విధాలుగానైనా ఉండవచ్చు. ఇద్దరు వ్యక్తుల మధ్య, రెండు సిద్ధాంతాల మధ్య, రెండు భావాల మధ్య, రెండు జీవిత దృక్పథాల మధ్య ఉండవచ్చు. అది కాకపోతే భౌతికంగా లేదా మానసికంగా కూడా ఉండవచ్చు. ఎలాంటి సంఘర్షణ లేని కథలు కాలక్షేప కథలు లేదా వ్యాపార కథలే అవుతాయి. అలాంటి కథల వల్ల ఎలాంటి ప్రయోజనం ఉండదు. సంఘర్షణతో పాటు పరిష్కారం కూడా ముఖ్యమే. చాలామంది రచయితలు పరిష్కారాన్ని కృత్రిమంగా రాస్తూ ఉంటారు. పరిష్కారం కథ నుండే సహజంగా పుట్టాలి.

నిర్మాణ సౌష్టవం: కథ యొక్క ఎత్తుగడ, ముగింపు అత్యంత సహజంగా ఉండాలి. కథను అల్లిన విధానం నీరసంగా ఉండకూడదు. అల్లిక ఎక్కువగా ఉన్న కృత్రిమత్వం ఎక్కువగా చోటు చేసుకుంటుంది. కథలో అనవసరమైన మలుపులు, అసహజమైన కొస మెరుపులు, అనవసర ఊహలు, కల్పనలు ఉండటం చేత

కథ యొక్క నిర్మాణం కుప్పకూలుతుంది. కథా వస్తువు ఎంత ప్రముఖమైనదైనా శిల్పం చవకబారు కాకూడదు.

కథలోని కేంద్ర బిందువు కథాంశం. కథాంశానికీ, రచయితకూ మధ్య ఉన్న సంబంధం ఉద్దేశం. కథా, కథాంశమూ, ఉద్దేశమూ వస్తువుకు సంబంధించిన అంశాలైతే కథా సంవిధానము (plot), పాత్రలు, నేపథ్యము, దృష్టి కోణము, కథనం, శిల్పానికి సంబంధించిన అంశాలు.

కథా సంవిధానం: కథ కాలక్రమంలో ఉన్న సంఘటనల వరసైతే కథా సంవిధానం కథ యొక్క పథకం. కథలోని సంఘటనల మధ్య ఉన్న సంబంధాన్ని - కార్య కారణ సంబంధాన్ని - సంవిధానం తెలియజేస్తుంది. ఏ సంఘటనకు కారణం ఏ సంఘటనో తెలియజేయటమే కథా సంవిధానం యొక్క ఉద్దేశం, ప్రయోజనం.

పాత్రలు: కథను నడిపించేవారు, కథావస్తువును భరించేవారూ, కథాంశాన్ని సూచించే వారే పాత్రలు. కథలోని పాత్రలు సాధారణంగా మానవులు ఎలా ప్రవర్తిస్తారో అలా ఉంటేనే రీడర్ కి పాత్రలపై నమ్మకం కుదురుతుంది. సాధారణ నమ్మకాలకు విరుద్ధంగా ప్రవర్తిస్తే కథలు సహజంగా ఉండవు. కథలో పాత్రల నిర్మాణం

వాస్తవికతకు దగ్గరగా ఉండాలి. సినిమా కథల్లో లాగా పాత్రలను ఎక్కువగా చేసి చూపరాదు. పాత్రల చిత్రణను చేసేటప్పుడు రచయిత మూడు అంశాలు దృష్టిలో పెట్టుకోవాలని కథ శిల్పంలో చెప్పబడింది.

1. పాత్ర ఎలా ప్రవర్తిస్తుంది.
2. ఆ పాత్ర అలా ఎందుచేత ప్రవర్తిస్తోంది.
3. పాత్ర అలా ప్రవర్తించేటప్పుడు ఏం ఆలోచిస్తోంది.

ఈ సమయంలో రచయిత విశ్వజనీన భావోద్రేకాలు, విలువలు, దేశ, కాలాలకు, భావజాలాలకూ పూర్తి అతీతంగా ఉండకూడదు.

దృష్టికోణం: ఏ కథా వస్తువును చూడటానికైనా అనేక కోణాలు ఉంటాయి. కథ చెప్పే దృష్టి కోణాలు ప్రముఖంగా ఉన్నవి.

1. సర్వసాక్షి దృష్టి కోణం
2. ప్రథమ పురుష దృష్టి కోణం
3. ఉత్తమ పురుష దృష్టి కోణం
4. నాటకీయ దృష్టి కోణం.

సర్వసాక్షి దృష్టి కోణం అంటే రచయిత దృష్టి కోణమే. అంటే రచయిత దృష్టి కోణం నుండి కథను చెప్పడం. ఈ దృష్టి కోణంలోనే అన్ని భాషల కథా, నవలా

సాహిత్యం వచ్చిందని సుబ్బయ్య గారు తీర్మానించారు. ఉత్తమ పురుషలో అయితే కథకుడు కథను చెప్పడానికి ఒక కథకుణ్ణి సృష్టించుకుంటాడు. అదే ఆ కథలో ముఖ్యమైన పాత్రగా ఉంటుంది. ఉత్తమ పురుషను మొదట ప్రారంభించింది గురజాడ గారేనని సుబ్బయ్య గారి కథా శిల్పంలో చెప్పబడింది.

కథా కథనం గురించి, కల్పనా సాహిత్యం శాఖలు, ఉప శాఖల గురించి చాలా విలువైన వ్యాసాలు రాశారు. రాచపాలెం గారి దరి దాపు, వల్లంపాటి గారి కథా శిల్పం పుస్తకాలు ప్రతి ఒక్కరూ చదవాల్సినవి. కథా శిల్పం పుస్తకంలో అనేక మంది రచయితల కథలను ఉదహరిస్తూ, వారి కథా సాహిత్యం ఎలా ఉండేదో చక్కగా చెప్పబడింది. ఇక ఆంగ్ల సాహిత్యం గురించి, ఆంగ్ల సాహిత్య విమర్శ గురించి కూడా సుబ్బయ్య గారు విస్తృతంగా పుస్తకంలో చర్చించారు. కొత్తగా కథలు రాసే వారికీ ఈ పుస్తకం ఎక్కువగా ఉపయోగపడుతుంది.

కేంద్ర సాహిత్య అకాడమీ పురస్కారం - 1999

# కాలాన్ని నిద్రపోనివ్వను

కాలంతో పాటు పరుగు పెట్టకపోతే ఏ వ్యక్తి సమాజాన్ని పూర్తిగా చూడలేడు. భూత, భవిష్య, వర్తమాన కాలాన్ని అక్షరాలతో రికార్డు చేసే వారే సాహిత్యవేత్తలు. కాలం ఒక నిరంతర ప్రవాహం. సృష్టి మొదలైనప్పటి నుండి సాగుతూనే ఉన్నది. కాలానికి ఆది, అంతం ఉన్నాయని పెద్ద చర్చే జరుగుతోంది. ఆ చర్చను పక్కన పెడితే కాలం ఎవరి కోసం ఆగదు, గడిచిన కాలం తిరిగి రాదు. అందుకే సమయాన్ని వృధా చేయకూడదు, ఉన్న సమయాన్ని సద్వినియోగం చేసుకోవాలంటారు.

కాలం, జీవితం రెండు ఒకటే. గడిచిన కాలం తిరిగి రానట్టే జీవితం కూడా తిరిగి రాదు. అందుకే ప్రతి నిమిషం ఆనందంగా గడపాలి. ఆనందంగా గడపడం అంటే మనం మాత్రమే కాదు అందరిని ఆనందంగా ఉంచినప్పుడే మంచి జీవితాన్ని, కాలాన్ని గడపగలరు. జీవితం, కాలం రెండు మన చేతుల్లోనే ఉంటాయి. వాటిని సరిగా ఉపయోగించుకుంటే జీవితం సఫలీకృతం

అవుతుంది లేదంటే కష్టతరమే. మన చేతుల్లో ఉన్న జీవితాన్ని, కాలాన్ని వదిలేసుకొని తర్వాత బాధపడితే ఉపయోగం లేదు.

సాహిత్యంలో కాలం యొక్క ప్రస్తావన అనేకమంది సాహిత్యవేత్తలు రకరకాలుగా స్పందించారు.

"ప్రభో, కాలం నీ చేతుల్లో అనంతం
నీ నిముషాల్ని లెక్కపెట్టగల వారెవరూ లేరు"

గీతాంజలిలో చలం కాలాన్ని గురించి అన్న మాట. కాలం అనంతమని అభిప్రాయపడుతూనే అది ప్రభువు చేతుల్లో ఉందని చెప్పారు. అభ్యుదయ, నాస్తిక వాదుల్లో కొందరూ వ్యతిరేకత తెలుపవచ్చు అది వేరే విషయం.

"ఎందులోంచి ఎప్పుడు, ఎలాగ పుట్టింది
కాలము? ఎవరివల్ల, ఎవరికోసం జరిగిందీ ఇంద్రజాలం?"

అని ఆరుద్ర గారు త్వమేవాహంలో కాలాన్ని గురించి చెప్పుకొచ్చారు. కాలం ఒక ఇంద్రజాలం వాస్తవం. కాలం మన చేతల్లోనే ఉంటుంది అచ్చు జీవితం లాగే. కొన్ని సందర్భాల్లో మన ప్రమేయం లేకుండానే ఏవేవో జరుగుతూ ఉంటాయి. అందుకే కాలం ఒక ఇంద్రజాలం అయ్యుండచ్చు.

"గాలంవలె, శూలంవలె వేలాడే కాలం వేటాడే
వ్యాఘ్రం అది, వెంటాడును శీఘ్రం"

అని ఖడ్గసృష్టిలో శ్రీశ్రీ గారు కాలాన్ని శూలంతో, వేటాడే పులి అని చెప్పుకొచ్చారు. చలం గారు కాలం దైవం చేతుల్లో ఉంటుంది అంటే, ఆరుద్ర ఎవరి కోసం ఈ కాలం అని ప్రశ్నిస్తే, శ్రీశ్రీ కాలాన్ని పులితో పోల్చి అది వేటాడుతుంది అన్నారు.

మన తెలుగు కవుల అభిప్రాయాలను పక్కన పెడితే, శాస్త్రవేత్తలు మాత్రం కాలం ఈ విశ్వం ఉద్భవించినప్పటికీ నుండి పుట్టిందని పేర్కొన్నారు. నిరంతరం వ్యాపిస్తున్న ఈ విశ్వంలో ఎప్పుడో ఒకప్పుడు వివిధ రూపాల్లో ఉన్న శక్తులు ఉట్టడుగుతాయని అప్పుడు సంకోచం ప్రారంభమై విశ్వమంతా ఒక కృష్ణ బిలం (Black Hole)లా మారుతుందని, అప్పుడు కాలం ఆగిపోతుందని కొందరు శాస్త్రవేత్తల అభిప్రాయపడుతున్నారు. అంటే కాలం యొక్క ఆది, అంతం వివరించే ప్రయత్నం చేస్తున్నారు. ఆధారాల కోసం కృషి చేస్తున్నారు.

డా. ఎన్. గోపి గారు కూడా కాలాన్ని నిద్రపోనివ్వను అంటూ 1998లో వారి ఐదవ కవిత్వ

సంపుటిని తెలుగు సాహిత్య లోకానికి అందించారు. ఈ పుస్తకంలో మొత్తం యాభై కవితలు ఉన్నాయి. ప్రధానంగా కాలాన్ని అనేక విధాలుగా వివరిస్తూ సాగిన కవితలే ఎక్కువగా కనపడతాయి. గోపి గారి మొదటి కవితా సంపుటి తంగెడుపూలు 1976లో వస్తే, కాలాన్ని నిద్రపోనివ్వను అనే ఈ ఐదవ కవిత్వ సంపుటి 1998లో వచ్చింది. దాదాపు 22 సంవత్సరాల అనుభవం ఇందులో విశేషంగా కనపడుతుంది.

పుస్తకంలోని కొన్ని కవితలు తెలుగు కవిత్వ చరిత్రలో శాశ్వతంగా నిలిచిపోయేవి ఉన్నాయి. పాఠకుల హృదయాలను దోచుకున్నవి ఉన్నాయి. అనుభవం ఆయుధంగా మార్చుకున్న గోపి గారు కవిత్వాన్ని పతాకస్థాయికి తీసుకెళ్లారు. ఇదే పుస్తకానికి గోపి గారికి కేంద్ర సాహిత్య అకాడమి పురస్కారం లభించింది. వస్తువు అందరిది అయినప్పుడు కవిత విస్తృతంగా చర్చలోకి వస్తుంది. ఈ పుస్తకంలో చాలా వస్తువులు అలాంటివే ఉన్నాయి. అందుకే భారతదేశ అన్ని భాషల్లోకి ఇందులోని చాల కవితలు అనువాదమయ్యాయి.

మొదటి కవిత "రొట్టె"

"రొట్టె ఆకాశం నుండి ఊడిపడదు

భూగర్భసారంలోంచి చెమట బిందువులు
మోసుకొచ్చిన ఆకలి స్వప్నం రొట్టె"

అని రొట్టె ఎలా లభిస్తుందో చెప్పారు. రొట్టె ఆకాశం
నుండి ఊడిపడదు, చెమట బిందువులు
మోసుకొచ్చాయనడంలో శ్రమ విలువను చెప్పడం. రొట్టె
ఎలా వచ్చిందో? ఎత్తుగడలో చెప్పిన కవి దానితో ఉన్న
అనుబంధాన్ని శిల్పంలో ఇలా చెప్పుకొచ్చారు.

"మా ఇంట్లో తెల్లవారడమంటే

రొట్టె సూర్యుడు ఉదయించినట్టే"

మన ముందు తరం వారు రొట్టెలను అమితంగా
ఇష్టపడేవారు. అది ఆరోగ్యానికి మంచిది కూడా. పొద్దునే
రొట్టె చేయడాన్ని పైవిధంగా రొట్టె జ్ఞాపకాలను గుర్తు
చేసుకున్నారు. రొట్టె చేయడానికి అమ్మ పిండిని
కలుపుతుంటే తమ కడుపులు నిమురుతున్నట్టు ఉండేది.
పిల్లల ఆకలి తీర్చడానికి అమ్మ చేస్తున్న రొట్టెను కవి ఈ
విధంగా వర్ణించారు. రొట్టెను చేసే విధానాన్ని శ్రమ స్పర్శ
సిద్ధాంతం అనడంలో అమ్మ శ్రమను గుర్తించడమే. రొట్టెకు
ముడి పదార్థం శ్రమతోనే గుర్తించిన కవి రొట్టెను చేసే
విధానాన్ని కూడా శ్రమతోనే గుర్తించారు. ఆఖరుకి రొట్టె

మహాకావ్యం అన్నారు. ఆకలి తీర్చేదే మహాకావ్యమని గోపి గారి ఉద్దేశం. ఆఖరికి రొట్టెను సూర్యుడితో పోల్చారు.

సాంకేతిక విప్లవం చాలా వ్యవస్థలను నాశనం చేసింది. పనిని సులభం చేసింది. సోమరిపోతులుగా మార్చింది కూడా. సహజత్వాన్ని చంపేసి కృత్రిమాన్ని నెత్తిపై మోపింది. కంప్యూటర్ వచ్చిన తర్వాత ఉత్తరాలు ఎవరూ రాయడం లేదు. చాలా తక్కువ సందర్భాల్లో ఉత్తరాలు రాసుకుంటున్నవారు ఉన్నారు. కాలానికి వేగం అవసరం అందుకే ఉత్తరం కాలక్రమమేనా మరుగున పడిపోతోంది. అలాంటి ఉత్తరాన్ని "చచ్చిపోతున్న ఉత్తరం" అంటూ కవిత రాశారు. ఇప్పటికీ (పుస్తకం రాసిన కాలానికి) గోపి గారు ఉత్తరాలే వాడుతారని కవితలో చెప్పుకున్నారు. అలాగే "పోస్ట్ మాన్ అంత అందగాడు ఈ భూప్రపంచంలో దొరకడు" అని అభిప్రాయపడ్డారు.

వాకిలిపై కవిత రాసిన గోపి గారు

"నేను నా గదిలో ఉన్నా కూడా వాకిట్లో ఏమి
జరుగుతోందో వాకిలి నాకు చెప్తుంది"

అంటూ వాకిలితో తన అనుబంధాన్ని రాసుకున్నారు. మరో సందర్భంలో వాకిలి నుండి బయట

పడితే బయట సమాజాన్ని చదవాలన్నారు. ముందు తెలిపినట్టు వాకిలి, రొట్టె, బొంత, వరద, డప్పు, రోడ్డు, రాయి లాంటి వస్తువులపై కవిత్వం రాయడం ద్వారా పాఠకులతో మమేకం అవ్వగలిగారు.

"బొంతమీద పడుకున్నప్పుడల్లా అమ్మ,
అమ్మమ్మ, అక్క అందరి ఒడిలో ఏకకాలంలో సేద
తీరినట్లు ఉంటుంది."

బొంత అంటే నేటి తరం పిల్లలకి ఎక్కువగా తెలియకపోవచ్చు. బొంత అంటే ఇంట్లో ఆడవాళ్ళ పాత చీరలతో కుట్టుకుంటారు. ఇప్పుడంటే పరుపులు ఉన్నాయి కానీ ముందు ఈ బొంతలనే పరుపులుగా, దుప్పట్లుగా కాలానికి అనుగుణంగా ఉపయోగించుకునేవారు. అమ్మ, అమ్మమ్మ, అక్క అని చెప్పడంలో కవి ఉద్దేశం వారి వస్త్రాలతో చేసినది కనుక ఏక కాలంలో వారి ప్రేమతో సేద తీరినట్టు ఉంటుందన్నారు.

ఈ కవితలో కవి బొంత గొప్పదనాన్ని, బొంతతో తనకున్న అనుభూతులను పంచుకున్నారు. చివరిగా బొంత శ్రామిక జన సంస్కృతికి ప్రతీక అని నిర్ధారణ చేశారు. బొంత కుట్టడంలో ఉన్న శ్రమను గుర్తించారు.

వస్తువు ఏది తీసుకున్నా అందులోని శ్రమను విశేషంగా గుర్తించారు.

వంతెన పుస్తకంలో మా అమ్మాయి శీర్షికతో 6-7-1992లో గోపి గారి అమ్మాయి గురించి కవిత రాసుకున్నారు. అమ్మాయితో వారికున్న అనుబంధాన్ని చెప్పుకున్నారు. అదే కవిత యొక్క ఎత్తుగడలో ఇలా అన్నారు

"మా అమ్మాయి నా భుజాల దాకా ఎదిగి నన్ను ఎత్తుకో నాన్న అన్నప్పుడు బాల్యాన్ని ఇష్టం లేని నా బిడ్డను చూసి ఎంత బాధపడ్డానో"

అన్న గోపి గారు కాలాన్ని నిద్రపోనివ్వను పుస్తకంలో అదే శీర్షికతో 30-12-1996 మరో కవిత రాశారు. మళ్ళీ రాయడానికి కారణం వారు వారి అమ్మాయిని పోగొట్టుకోవడమే.

"తనకు తెలియదు

తన మరణం క్షణమయితే

మా మరణం క్షణ క్షణమని"

అని రాసుకోవడంలో ఉన్న బాధను అర్థం చేసుకోవచ్చు. క్షణంలో పోయినవారికంటే వారు పోయిన

తర్వాత తమ వారు క్షణ క్షణం మరణిస్తూనే ఉంటారు. అమ్మాయిని పోగొట్టుకున్నారు కనుక ఆ ఛాయలు పుస్తకం మొత్తం కనపడుతూనే ఉంటాయి.

తొలకరి గురించి, నగరంలో వర్షం గురించి, ఎండ గురించి ఇలా అనేక కవితలు రాసిన గోపి గారు, ఈ పుస్తకంలో కూడా తొలి వానలు అంటూ కవిత రాశారు. ఇందులో వర్షం ఎలా వస్తుందో చెప్పడానికి ఇలా అన్నారు.

"పట్టపగ్గాలు లేని సూర్యుణ్ణి పట్టుకొని
ఉతికి ఆరేస్తే బొట్లు బొట్లుగా వర్షం"

సూర్యుడు, కాలం, చీకటి, నది, ఆకాశం, సముద్రం, ప్రకృతి గోపి గారి కవిత్వంలో ఎక్కువగా కనపడతాయి. కవితా రహస్యం ఎవరికీ తెలియదని/ తెలిసింది అనుకునే లోపు కాలగర్భం కొత్త గోళాన్ని ప్రసవిస్తుంది అన్నారు. అంటే కవిత్వ రహస్యం ఒక కాలంలో తెలుసుకునే లోపు కాలం ముందుకు జరిగిపోతుంది. అప్పుడు ఆ కాలానికి తగిన రహస్యాన్ని మళ్ళీ కనిపెట్టుకోవాలి. అందుకే కవి కాలంతో పాటు పరుగు పెట్టాలి.

మునుపు ఒక కవితలో రోడ్డు మనుషులను పుష్పిస్తుంది అన్న గోపి గారు, ఈ పుస్తకంలో రోడ్డు లయ

తప్పింది అన్నారు. దీనికి కారణం రోడ్డు మీద జరిగే ప్రమాదాలే. ఒకే వస్తువుపై రెండు, అంతకన్నా ఎక్కువసార్లు కవితలు రాశారు. ఒకే వస్తువుపై ఒకే కవి కవితలు రాసినప్పుడు ఒకే అభిప్రాయాలు ఉండవు. దానికి కారణం కాలం. వస్తువు ఒక్కటే అయినప్పటికీ కాలం మారినప్పుడు అభిప్రాయాలు మారుతాయి.

ఈ పుస్తకంలో ఎక్స్‌ప్రెషన్స్ వైవిధ్యంగా కనపడతాయి.

ఉదాహరణకు కొన్ని:

"రాత్రి - తూర్పు గోడకేసి తలను బాదుకుంటే
బొప్పి కట్టిన నెత్తుటి ముద్ద సూర్యుడు"

"గోడ గడియారంలో కాలం
ముని వేళ్ళపైన నడుస్తూ భళ్ళున జారిపడింది."

"మౌనం పండుతుంది
సూర్యోదయం అంత ఎర్రగా"

"చెట్టులోంచి పుట్టదు నీడ
ఎండతో పోట్లాడి గెల్చుకున్న అమృత కవచమది"

"రాత్రిని పిల్చుకొని

ఉదయాన్ని పుక్కిలించిన వాడు మనిషి కాక
మరేమవుతాడు."

"పెన్నులో ఇంకుందా?
రేపటి సూర్యోదయంపై సంతకం చేయాలి
చిరంజీవులను ఆశీర్వదించాలి"

"అప్పుడప్పుడు ఈ భూగోళమే పెద్ద కన్నీటి
బొట్టుగా కనిపించేది."

"నగరం గల గల నవ్వుతోంది కానీ దాన్లోంచి
పల్లెలు రాలుతున్న చప్పుడు."

"పద్యాన్ని పదే పదే చదువుతున్నప్పుడు నిన్నటి
కన్నీటిని మళ్ళీ మళ్ళీ తాగినట్టు ఉంటుంది."

"కన్నీటి నదిలో
ఎన్నటికీ ఒడ్డు చేరని పడవ కన్ను"

ఇలా చెప్పలేనని ఎక్స్‌ప్రెషన్స్ మనకు హత్తుకుపోతాయి.

కేంద్ర సాహిత్య అకాడమీ పురస్కారం - 2000

# చారిత్రక సంఘటనల కాసారం 'కాలరేఖలు'

నవల రాయడమనేది మేధస్సుకు సంబంధించిన పరిశ్రమే కాదు కొన్ని వేల గంటల శారీరక శ్రమ కూడా అవసరం అవుతుంది. హాయిగా ఈజీ ఛైర్లో కూర్చొని ఐదారు రోజుల్లో రాసేసే వ్యవహారం కాదు. ఓ కార్మికుడిగా మారిపోయి రాత్రింబవళ్ళు సంవత్సరాల కొద్దీ శ్రమిస్తేనే గొప్ప నవలలు వెలుగు చూస్తాయి.

-అంపశయ్య నవీన్

554 పుటలు ఉన్న 'కాలరేఖలు' నవలకు 2004లో కేంద్ర సాహిత్య అకాడమి అవార్డు లభించింది. తెలంగాణ సాయుధ రైతాంగ పోరాటం, విశాలాంధ్ర భావన, భాషా ప్రయుక్త రాష్ట్ర ఏర్పాటు, ముల్కీ ఉద్యమం, దొరలు మళ్లీ గడీలకు రావడం, వినోభాభావే భూదానోద్యమం విషయాలు, కమ్యూనిస్టు, కాంగ్రెస్ రాజకీయాలు, ప్రజా పోరాటాలు, రజాకర్ల ఉద్దేశాలు, సంఘం కార్యకలాపాలు, పోలీస్ చర్య, 1952 నాటి

జనరల్ ఎలక్షన్లు, తెలంగాణ గ్రామీణ జీవితానికి చెందిన సాంస్కృతికాంశాలు, మొదలగు విషయాలు నవలలో కనపడతాయి.

తెలంగాణ పల్లెలో ఉన్న అమాయక ప్రజల మనస్తత్వాలు, కుల వివక్ష, అక్రమ సంబంధాలు, మానసిక సంఘర్షణ, ఆర్థిక స్థితిగతులు, అతివృష్టి-అనావృష్టి, చదువు గొప్పదనం, రాజకీయ సమీకరణలు అనేకం ఈ నవలలో తారసపడతాయి. అయితే ఈ నవలలో ఉన్న గొప్పదనం ఏంటంటే రచయితగా నవీన్ గారు పాత్రలను తన సొంతం చేసుకొని తనకు ఇష్టం వచ్చింది చెప్పించలేదు. సహజసిద్ధంగా సంఘటనలకు, సన్నివేశాలను పాత్రలు స్పందించడం నవలలో గమనించవచ్చు.

నవలలో ప్రధాన పాత్ర రాజు. రాజు చుట్టే నవల అల్లుకుంటూ నడిచింది. రాజు మానసిక సంఘర్షణ, రాజు ఆలోచనలు, అనేక అనుమానాలు, సంఘటనలకు, సందర్భాలను రాజు అనుభవించిన దృశ్యాలే నవలలో ప్రధానంగా ఉంటాయి. రాజు అక్క సుశీల. మొదట వంద పేజీల వరకు రాజుకు, సుశీలకు మధ్య నవల ఎక్కువగా సాగుతుంది. రాజుకు వచ్చే అనేక అనుమానాలను అక్క

సుశీల నివృత్తి చేస్తూ వస్తుంది. రాజు వాళ్లది ఉమ్మడి కుటుంబం. అటు తండ్రి వైపు నుండి ఇటు తల్లి వైపు నుండి కూడా పెద్ద కుటుంబమే. ఉమ్మడి కుటుంబంగా మొదలై నవల వేరు పడే దాకా సాగుతుంది.

రాజుకు సత్యం చిన్నాయన అంటే ఎక్కువగా గౌరవం, అభిమానం, ఇష్టం. ఎందుకంటే ఆ ఇంట్లో ఆయన కాస్త చదువుకున్న వ్యక్తి మరియు సంఘంలో ఉండి దొరలపై పోరాటం చేస్తున్నాడు. రాజు పాత్రను బాగా పరిశీలిస్తే ఆ పాత్ర మూఢనమ్మకాలను, కుల వివక్షను, అన్యాయాన్ని, అక్రమాలను, మోసాలను, హింసను వ్యతిరేకిస్తూ, వితంతు వివాహాలను, అందరికీ చదువు, సమానత్వం కోసం ఆరాటపడే పాత్ర.

రాజుకు అక్షరాభ్యాసం చేస్తున్న సందర్భంలో తనకు మాత్రమే ఇలా ఎందుకు చేస్తున్నారు. అక్కకు కూడా ఎందుకు చేయడం లేదు అనే అనుమానం వచ్చి నువ్వెందుకు చదువుకోవని సుశీలను అడుగుతాడు. అప్పుడు సుశీల చెప్పిన మాట ఆడపిల్లలకు చదువు ఎందుకు? చదువు మగపిల్లలకు మాత్రమే. ఆడపిల్లలు చదువుకుంటే చెడిపోతారనే భావన నాటి ప్రజల్లో ఉన్నది. దాన్నే పెంచి పోషించారు.

ఈ పరిస్థితి నేడు లేనప్పటికీ ఇంకా నాటి ఛాందసులు ఆడపిల్లలు పెళ్లి చేసుకొని వేరొకరికి ఇంటికి పోతారు, వాళ్ళకు చదువెందుకు అనేవారు ఉన్నారు. ఈ సమస్య పూర్తిగా లేదని చెప్పడానికి వీలు లేదు. కొందరికి అనిపించవచ్చు ఇప్పుడు ఆడపిల్లలనే ఎక్కువగా చదివిస్తున్నారని కానీ గ్రౌండ్ లెవల్ లో ఇంకా అనేక అసమానతలు, ఆడపిల్లల పట్ల వివక్ష, బానిసత్వం, మగవాడి ఆలోచనలకు అనుగుణంగా స్త్రీలు నడిచే స్థితే ఉన్నది.

తెలంగాణ రాష్ట్రంలో నిజాం పరిపాలన ఉన్నప్పుడు అధికార భాషగా ఉర్దూ ఉండేది. ఉర్దూ ప్రభావం వల్లనే తెలంగాణ భాషలో అనేక ఉర్దూ పదాలు కలిసిపోయి ఉంటాయి. అక్కడి యాస, భాషను చులకనగా చూసిన మాట వాస్తవమే. ఒక భాష మరొక భాషపై ఎలా దాడి చేసిందో నవలలో స్పష్టంగా కనపడుతుంది.

రాజుకు ఉర్దూ నేర్చుకోవడంలో అనేక ఇబ్బందులు పడ్డాడు. అసలు తాను ఉర్దూ ఎందుకు నేర్చుకోవాలి అనుకున్నాడు, తప్పక నేర్చుకోవాల్సి వస్తుంది. అయితే ఆంధ్రప్రదేశ్ అవతరణ తర్వాత ఉర్దూ భాషను తీసేసిన

తర్వాత రాజు సంతోషపడతాడు. మన భాషను నిర్లక్ష్యం చేసి వేరే భాషను కావాలనుకోవడం, ఇతర భాషల వల్లే జీవితాలు బాగుపడతాయనే భావనలో నేటి ప్రజలు ఉన్నారు.

జీవితాలను మెరుగు పరుచుకోడానికి ఇతర భాషలను నేర్చుకోవడం తప్పు కాదు కానీ మాతృ భాషలో మాట్లాడడం, చదవడం, రాయడం కూడా నామోషిగా ఫీల్ అవ్వడమే అత్యంత బాధాకరమైన విషయం. ఈ పరిస్థితి మారవలసిన అవసరం ఉన్నది. ఇతర రాష్ట్రాల్లో వారు వారి మాతృ భాషను ఎంత గౌరవిస్తున్నారో, ప్రేమిస్తున్నారో చూసైన మనం నేర్చుకోవాలి.

రాజు చిన్నపిల్లవాడు, రాజుకు నాలుగు సంవత్సరాలు వయసు నుండి పదహారు సంవత్సరాలు వయసు వచ్చే వరకు జరిగిన వివిధ సంఘటనలు ఇందులో ఉన్నాయి. రాజు జీవితం, రాజు కుటుంబ జీవితం, రాజు గమనించిన సమాజం, రాజు కావాలనుకున్న సమాజం. రాజు పిల్లవాడిగా ఉన్నప్పుడు వాళ్ల చిన్నాయన సత్యం ఉద్యమంలో ఉండేవాడు. అందుచేత ఎక్కువగా ఇంట్లో ఉండేవాడు కాదు. ఎప్పుడో ఒకసారి వస్తూ ఉండేవాడు.

పెద్దలు అనుకుంటారు, పిల్లలు ఏదీ గమనించడం లేదు, వారికి ఏమి తెలుస్తుందిలే అని కాని పిలల్లు ప్రతిదీ గమనిస్తూ ఉంటారు. పెద్దల నుండే ఏదైనా నేర్చుకుంటారు. ఒకసారి సత్యం చిన్నాయన తన భార్యతో ఎక్కడో చాటున ఉండటం గమనిస్తాడు. వాళ్ళు అక్కడ ఎందుకు ఉన్నారు? ఏమి చేస్తున్నారు? లాంటి ప్రశ్నలతో సతమతం అవుతాడు. ఆ తర్వాత రాజు కాస్త పెద్ద అయినతర్వాత వాళ్ళ బావ ఇంట్లోకి ఇతర స్త్రీలను తెచ్చుకోవడం, రాజునూ ఇంటి నుడి బయటకి వెళ్ళమని ఏదో పని చెప్పడం లాంటివి నవలలో కనపడతాయి. ఇలాంటివి పిల్లలపై ఎక్కువ ముద్ర పడడమే కాకుండా పిల్లల చెడిపోడానికి కూడా కారణం అవుతాయి. అయితే రాజు అలా చెడిపోయినట్లు నవలలో లేదు. ఎందుకంటే మొదటి నుండి రాజుకి అనేక అనుమానాలే ఉండటం వాటిని నివృత్తి పరుచుకోవడం అంటే తెలుసు. అలాగే మొదటి నుండి మంచికి మాత్రమే రాజు ఆకర్షితుడవ్వడం నవలలో

కనపడుతుంది.

పదవ తరగతి చదివేటప్పుడు రాజుకు సినిమాల పిచ్చి ఉండటం గమనించవచ్చు. చదువును మాత్రం

నిర్లక్ష్యం చేయడు. చుట్టూ స్నేహితులు చెడు వ్యసనాల బారిన పడుతున్న తాను మాత్రం ఎక్కడా లొంగడు. దానికి కారణం రాజుకు కుటుంబం ఎలాంటి పరిస్థితిలో ఉన్నదో, తనకు చదువు ఎంత అవసరమో బాగా తెలుసు. ఇక్కడ పెద్దలు తెలుసుకోవాల్సిన అంశం ఏంటంటే పిల్ల ముందు హుందాగా ప్రవర్తించడం, భార్యతో అయిన సరే పిల్లల ముందు క్లోజ్ గా ఉండటం సరైనది కాదు.

రాజు అక్క సుశీలకు అంగరంగ వైభవంగా పెళ్లి చేస్తారు. రాజు తండ్రి నరసయ్య అక్క కొడుకు సోమయ్యకు ఇచ్చి పెళ్లి చేయడం రాజుకు ఇష్టం లేదు. అక్కపై విపరీతమైన ప్రేమతో సోమయ్యకు ఇచ్చి పెళ్లి చేస్తాడు. సోమయ్య మంచివాడు కాదు. పొగరు మనిషి, పని పాట లేని వాడు. చదువురాని వాడు, పెళ్లికి ముందే తనపై బావ అనే పెత్తనం చలాయించేవాడు. సుశీలపై కూడా అధికారం చెలాయించేవాడు. సుశీలకు కూడా సోమయ్య అంటే ఇష్టం లేదు. రాజు వల్ల అమ్మకు కూడా ఆ పెళ్లి ఇష్టం లేదు కానీ నరసయ్య ఏదైన నిర్ణయం తీసుకుంటే ఆపే శక్తి వారికీ లేదు. నరసయ్య ఇష్ట ప్రకారమే అంతా జరిగేది. అలాగని నరసయ్య చెడ్డ మనిషి ఏమీ కాదు. నరసయ్య భయస్తుడు. పెళ్ళిలో సోమయ్య చాలా ఇబ్బందులు పెడతాడు. కట్న కానుకల

కోసం సతాయిస్తాడు. అంతంత రాజుకు ఇష్టం ఉండేది కాదు. అయినా పెళ్లి జరిగిపోతుంది. అయితే అత్తవారింటికి వెళ్ళక ముందే సుశీలకు టైఫాయిడ్ వచ్చి మరణిస్తుంది. జ్వరం రావడానికి కారణం సుశీల చనిపోయే ముందు మాట్లాడిన మాటలను పరిశీలిస్తే తెలుస్తుంది. అదో వస్తున్నాడు. నన్ను చంపేస్తాడు. యమ కింకరులు వచ్చారు. నేను మా అమ్మను వదిలి రాను లాంటి మాటలు మాట్లాడింది.

    సుశీలకు ఎనిమిది సంవత్సరాల వయసులో పెళ్లి చేశారు. అప్పటికే నరసయ్య తోబుట్టువు వెంకయ్య ఉమ్మడి కుటుంబం వల్ల తాను నష్టపోతున్నానని, వేరు పడాలని గొడవ పడుతూ ఉంటాడు. వేరు పడక ముందే పెళ్లి చేయాలనే ఆలోచనతో నరసయ్య సుశీలకు పెళ్లి చేస్తాడు. వేరు పడిన తర్వాత పెళ్లి చేస్తే ఆ ఖర్చు మొత్తం తానే భరించాల్సి వస్తుందని. అంత చిన్న వయసులో పెళ్లి చేయడం. తల్లిని వదిలి వెళ్ళాలనే బాధ, సోమయ్య మంచివాడు కాకపోవడం ఇవన్నీ సుశీలను బాధించాయి, భయపెట్టాయి.

    ఆ భయం నుండి జ్వరం వచ్చింది. కాని నాటి ప్రజలు ఎక్కువగా తాయెత్తులు, దిష్టి ఇలాంటి వాటిని

నమ్ముతారు. సుశీలను ఆసుపత్రికి తీసుకుపోకుండా ఇంట్లో ఉంచుకునే ఏదో తాయెత్తు కట్టించడం, మంత్రాలు వేయించడం లాంటివి చేస్తారు. జ్వరం ఎక్కువై సుశీల చనిపోతుంది. నవలలో కేవలం సుశీల మాత్రమే కాదు ఒక దొరకు కుక్క కరిస్తే దొర కూడా ఆసుపత్రికి వెళ్ళకుండా ఏదో నాటు వైద్యం చేయించుకుంటాడు. అంటే ఇక్కడ ఆర్థిక స్థితి కారణం కాదు. ప్రజల్లో మూఢనమ్మకాలు, చైతన్య రాహిత్యం విపరీతంగా ఉండేవి. నాటితో పోల్చుకుంటే ఎక్కువగా లేవు కాని నేటికి ఈ మూఢనమ్మకాలు ఉన్నాయి. వాటి చెర నుండి బయట పడినప్పుడే దేశం బాగుపడుతుంది.

రాజు కుటుంబంలో అనేక మరణాలు సంభవిస్తాయి. అసలు మరణం అంటే ఏమిటి? మరణించిన వారు ఎక్కడికి పోతారు? స్వర్గం, నరకం అనేవి ఎక్కడ ఉన్నాయి. లాంటి ఆలోచనలు రాజును చాలా ఇబ్బంది పెడతాయి. తాను పెద్దైన తర్వాత ఈ మరణం అంటే ఏమిటో తెలుసుకోవాలి అనుకుంటాడు. అలాగే పెద్దలు మాట్లాడే ద్వంద్వ అర్థాల మాటలు రాజుకు అర్థం అయ్యేవి కాదు. వాళ్ళు అలా ఎందుకు మాట్లాడుతున్నారో, సాధారణ మాటలకే రెండు అర్థాలు

ఉంటాయనుకునే వాడు. సమాజంలో జరిగే అన్యాయాన్ని తట్టుకునే వాడు కాదు.

ఈ సమాజం ఇలా ఎందుకు ఉన్నది. ప్రజలు ఇంత స్వార్థపరులుగా ఎందుకు ఉన్నారు? మాదిగ, మాల వాడల్లో ఉన్న ప్రజల జీవితాలు ఎప్పుడు మారుతాయి. తమ దగ్గర పని చేస్తున్న జతగాళ్లతో తండ్రి ఎందుకు అంత అమానుషంగా ప్రవర్తిస్తున్నాడు లాంటి ఆలోచనలు రాజును ఉక్కిరిబిక్కిరి చేసేవి. ఎప్పటికైనా ఆ పరిస్థితులు మారాలి అనుకునేవాడు. తన చుట్టూ ఉన్న వారిని ఆనందంగా చూడాలనుకునేవాడు. అంతేకాకుండా తన తోటి స్నేహితులకు అర్థం కాని పాఠాలు వివరంగా చెప్పేవాడు. వారు పరీక్షల్లో పాస్ అయితే తాను సంతోషించేవాడు. తన స్నేహితులు అనేక కారణాల చేత చదువుకోకపోవడం రాజును చాల బాధపెట్టే అంశం.

రాజు నవలలో పాత్ర మాత్రమే కావచ్చు కాకపోతే ఈ పాత్ర పిల్లలకు ఒక ఐకాన్. రాజు మాత్రమే కాదు ప్రతి పిల్లవాడు ఇలాగే ఆలోచిస్తాడు. ఆ తర్వాత వివిధ కారణాలు, పెరిగిన వాతావరణం పిల్లలను మార్చేస్తాయి. చక్కటి వాతావరణం ఉంటే పిల్లలు చక్కగా పెరుగుతారు లేదంటే చెడిపోతారు. ఇక్కడ మనం గుర్తు పెట్టుకోవాల్సిన

అంశం ఏంటంటే ఎన్ని కష్టాలు వచ్చినా రాజును వాళ్ల తల్లిదండ్రులు చదివిస్తారు. చదువు వల్లే జీవితం బాగు పడుతుందని అనుకుంటారు. పెద్దల ఆలోచనలే పిల్లలపై ఉంటాయి. ఆ తర్వాత పెద్దైన తర్వాత వారే వారి నిర్ణయాలు తీసుకుంటారు. అయితే ఒక వయసు వచ్చే వరకు పిల్లలకు మంచి దారిలో నడిపించాల్సిన బాధ్యత తల్లిదండ్రులదే.

రాజు తల్లిదండ్రులు అలా ఆలోచిస్తే, రాజు స్నేహితుల తల్లితండ్రులు మాత్రం పిల్లలు ఎక్కువగా చదివితే తమ మాట వినరని చదువు ఆపేస్తారు. ఇక్కడ అది మాత్రమే కారణం కాదు, నవలలో చదువు ఆపేసిన రాజు స్నేహితులు అందరూ కులవృత్తుల వారే. తల్లిదండ్రులు అలాంటి నిర్ణయం తీసుకోడానికి కారణం ఆర్థిక పరిస్థితులే. చదివించే స్తోమత లేకపోవడం, అప్పులు చేసి చదివిస్తే పిల్లలు తమను వదిలి వెళ్లి పోతారనే అభద్రత భావం, చదువుకొని ఒకరి క్రింద ఉద్యోగం చేయాల్సిన అవసరం ఏముంది? చేతిలో పని ఉంది, మన పని మనం చేసుకోవడమే మేలు అనుకోవడం. కాస్త డబ్బు ఉన్నవారు మాత్రం పిల్లలను చదివించే వారు.

నవలలో భాషను గమనిస్తే తెలంగాణ యాస ఉట్టిపడేలా నవీన్ గారు నవలను రాశారు. అలాగే ఉర్దూ ప్రభావం భాషపై ఉండేది కనుక అనేక ఉర్దూ పదాలు కూడా నవలలో ఉన్నాయి. అయితే చివరి యాభై నుండి ఎనభై పేజీల నవల మందకొడిగా సాగుతుంది. అప్పటివరకు దొరలూ, కాంగ్రెస్ పార్టీ, సంఘం వారు చేసేవి నవలలో కనపడుతూ వస్తాయి. చివరకు అది తగ్గిపోతూ వస్తుంది. కేవలం రాజు చదువు గురించి, సినిమాల గురించి రావడం కాస్త బోర్ ఫీల్ అయ్యేలా చేస్తుంది. రీడర్ అలా ఫీల్ అయ్యే సమయంలోనే నవల ముగియడం మంచిది అయ్యింది.

కొన్ని చోట్ల నవల ఎక్కువగా సాగదీయడం అయ్యింది. మరికొన్ని చోట్ల తొందరగా ముగుస్తుంది. ఉదాహరణకు సుశీల పెళ్లి ఎక్కువగా సాగితే నవల చివరలో అనేక సంఘటనలు టక్కున క్లోజ్ అవుతాయి. అలా క్లోజ్ అవుతూ రావడం వల్ల ఇక నవల అయిపోతోంది. అందుకే అప్పటివరకు ఓపెన్ గా ఉన్న అనేక విషయాలు ఒక్క వాక్యంలో క్లోజ్ అవ్వుతున్నట్లు పసిగట్టవచ్చు. అది తప్పేమీ కాదు కాని మొదట్లో ఒక సన్నివేశం లేదా సంఘటనను ఎక్కువగా చదివిన రీడర్

ఆ తర్వాత చివర్లో ఒక వాక్యంలో చదవాల్సి వచ్చినప్పుడు రీడర్స్ కి వెలితిగా అనిపిస్తుంది.

నవలలో అనేక సామెతలు సందర్భోచితంగా పాత్రలు మాట్లాడం వల్ల నేటి రీడర్స్ కి ఏ సామెత ఎక్కడ వాడాలి, నాటి సామెతలు ఎలా ఉండేవి లాంటివి తెలుస్తాయి.

చేతులు కాలినంక
ఆకులెందుకు పట్టుకోవలె(పుట 12)
ఏ రోటి పాత ఆ రోటికాడ పాడిండు (పుట13)
రోట్లో తలకాయ పెట్టి రోకలిపోటు
భయపడ్డట్టుంది మీ పని (పుట 13)
పిల్లకాకికేం తెలుసు ఉండేలు దెబ్బ (పుట 14)
రాజుల సొమ్ము రాళ్ల పాలు అన్నట్టు (పుట 18)
పులిని చూసి
నక్క వాత పెట్టుకున్నట్టు (పుట 22)
చచ్చిపోయిన బర్రె పగిలిపోయిన కుండెడు
పాలిచ్చింది అన్నట్టు ( పుట 40)
కొత్త బిచ్చగాడు పొద్దెరుగడన్నట్లు (పుట 54)

జో కమాతా వో నహీ ఖాత. (పుట 54)

చదువుకున్నోడికంటె

చాకలోడే నయం అన్నట్టు (పుట 68)

మా తాతలు నేతులు తాగింద్రు.

మా మూతులు వాసన చూడుండ్రి. (పుట 91)

సందెట్లో సడేమియా అన్నట్లు (పుట 154)

ఊరంత ఒక దారి అయితే

ఉలిపికట్టెది మరోదారి అన్నట్టు (పుట 271)

ఇలాంటి సామెతలు మరెన్నో నవలలో కనపడతాయి. అలాగే భాషలో ఎక్కడా అసభ్యకరంగా లేదు. పాత్రలు తమ పరిధి దాటి ప్రవర్తించలేదు. రచయిత ఒక పాత్రను గొప్పగా చూపించడానికి ఇతర పాత్రలను వాడుకోలేదు. పాత్రలన్నీ సహజంగా నడిచాయి.

నవలలో తక్కువ కులాలపై అస్పృశ్యత కొట్టొచ్చినట్లు కనపడింది. ఈ అస్పృశ్యత నేటికి కొనసాగుతూ ఉండటం విచారకరం. అలాగే దొరలు చేసిన దాడులు, నైజం అక్రమ కుల మార్పిడి, నైజం అరాచకాలకు తట్టుకోలేక ప్రజలు వలస వెళ్ళడం, స్త్రీలపై వివక్ష, బాల్య వివాహాలు, వితంతు వివాహాలు

చేయకపోవడం, జాతరలు పేరుతో మూఢనమ్మకాలు పెంచి పోషించడం లాంటివి ఉన్నాయి. ఇందులో కొన్ని సమస్యలు లేవు కాని చాలా సమస్యలు ఇంకా ఉన్నాయి. అప్పటితో పోల్చుకుంటే ఎక్కువగా లేకపోయిన నాటి తాలుకు ఛాయలు మాత్రం ఉన్నాయి.

నేడు ప్రభుత్వాలే జాతరలు జరిపిస్తున్నాయి. ప్రజలను తప్పు దోవ పట్టిస్తున్నాయి. ప్రజలను పిచ్చి వారిని ఇంకా దోచుకుంటూనే ఉన్నారు. దోచుకునేవాడి కంటే దోపిడీకి గురయ్యే వాడు మారినంత వరకు సమాజంలో మార్పు రాదు. మొదటి నుండి తెలంగాణ వారిలో కొందరికి ఆంధ్రాలో కలవడం ఇష్టం లేదు. దానికి కారణం అక్కడి వారు ఇక్కడికి వస్తే వారి ఉద్యోగ అవకాశాలు ఉండవని, ఆంధ్ర వాళ్ళు ఎక్కువ తెలివి ఉన్నవారని, వాళ్ళు తెలంగాణ వారికి అవకాశాలు లేకుండా చేస్తారనే భయం ఉండేది. అదే జరిగింది. అందుకే ప్రత్యేక రాష్ట్రం వచ్చింది. ఇది పాలకుల తప్పే కాని ఆంధ్ర ప్రజల తప్పు కాదు.

నవలలో కల్పనలు, ఊహలు, అనవసరమైన సంఘటనలు, సన్నివేశాలు లేవు. తెలంగాణ ప్రజల జీవిత విధానాన్ని, అక్కడి ప్రజల పోరాటాలను సహజంగా

చిత్రీకరించిన విధానం వల్లే ఈ నవల ఇంత గొప్ప పేరు తెచ్చుకుంది. నవలను నడిపిన విధానం, శిల్పం, భాష, రచయిత కంఠస్వరం అన్నీ కుదిరినాయి కనుకే ప్రజాదరణ పొందిన నవలగా తెలుగు సాహిత్యంలో నిలబడింది. అన్ని రకాల ఎమోషన్స్ ఒక నవలలో పలికించడంలో రచయితా సక్సెస్ అయ్యారు.

కేంద్ర సాహిత్య అకాడమీ పురస్కారం - 2004

# ద్రౌపదిపై పాఠకులు సైతం మనసు పారేసుకుంటారు

తెలుగు సాహిత్యంలో డా. యార్లగడ్డ లక్ష్మీప్రసాద్ ఒక సంచలనమైన సాహిత్యవేత్త. పద్మశ్రీ అవార్డు, కేంద్ర సాహిత్య అకాడమీ పురస్కారం, కేంద్ర సాహిత్య అకాడమీ అనువాద పురస్కారం లాంటి విశిష్టమైన పురస్కారాలు పొందిన వీరు అనేక అనువాదాలు చేసి తెలుగు భాష సాహిత్యాన్ని హిందీ సాహిత్యానికి పరిచయం చేసిన రాజకీయ సాహిత్యవేత్త. వీరు రాసిన ద్రౌపది నవలపై అనేక విమర్శలు వచ్చాయి. ఒకానొక దశలో అకాడమీ అవార్డును రద్దు చేయాలనే వరకు చర్చలు జరిగాయి.

రామాయణం, భారతం హిందువులకు అత్యంత ప్రీతిపాత్రమైన గ్రంధాలు. అందులో భారతానికి విశేష ఆదరణ ఉన్నది. అందరూ రామాయణ, భారతాలను చదవకపోయినా తెలుగు సినిమాలు కారణంగా రెండు గ్రంధాలలో ఉన్న విషయాలు దాదాపుగా చాలామందికి

తెలుసు. “తింటే గారెలు తినాలి వింటే భారతం వినాలి! అనే నానుడి తెలుగునాట విశేష ప్రాచుర్యం పొందింది.” రామాయణ, భారతాలపై అనేక విమర్శలు వచ్చాయి. వాటిని పక్కన పెడితే భారతంలోని ద్రౌపది పాత్రను తీసుకొని డా. యార్లగడ్డ లక్ష్మీ ప్రసాద్ గారు ద్రౌపది అనే శీర్షికతో నవల లాంటిది రాశారు. ఇదే పుస్తకానికి వారు 1992లో కేంద్ర సాహిత్య అకాడమీ పురస్కారాన్ని పొందారు.

భారతాన్ని చదివినవారు, సినిమాలో చూసినవారు ఈ నవలను చదివితే అసలు భారతానికి ఈ నవలకు తేడా ఏముంది? రచయిత యధాతథంగా అదే కథను ఎందుకు రాశారనిపిస్తుంది. మూల కథను మార్చకుండా మక్కికి మక్కి దించేసినట్టు స్పష్టంగా కనపడుతుంది. ద్రౌపది మనసును విశ్లేషించి, వ్యక్తిత్వాన్ని చూపించడమే నవల ముఖ్య ఉద్దేశమని రచయిత పుస్తక పరిచయ వాక్యాల్లో రాసుకున్నారు. వారు విశ్లేషించిన మనసు ద్రౌపది శృంగార వాంఛను, ఆమె అంగాంగ వర్ణనను. వావి వరసలు మాని శృంగారమే ప్రధానంగా సాగిన నవల ఇది. జాగ్రత్తగా గమనిస్తే ఇందులో Incest, Gangbang, Threesome, Taboo లాంటి

లక్షణాలు ఉన్నట్లు వివిధ పాత్రల ఆలోచనల ద్వారా తెలుస్తుంది.

ఒక మత పరమైన గ్రంధంలోని పాత్రను తీసుకొని ఆ పాత్రకు శృంగార వాంఛ ఎక్కువగా ఉన్నదని రాయడం దేనికి? అలా రాసి ఒక మతం నమ్మే గ్రంథ పాత్రలను కించపరచడం ఎందుకు? ఈ రచయితకు ద్రౌపది పాత్ర కాకుండా ముస్లిం కమ్యూనిటీకి చెందిన పుస్తకం నుండి ఒక పాత్రను తీసుకొని రాసే ధైర్యం ఉన్నదా?

మహిళల వివక్ష, శృంగార హింస గురించి మాట్లాడేటప్పుడు ఒక కమ్యూనిటీ మహిళల గురించే మాట్లాడలేము. ఎందుకంటే అన్ని మతాలలోనూ, కులాలలోనూ, మత గ్రంధాలలోనూ మహిళలపై వివక్ష, శృంగార హింస, వావి వరసలు మరిచి ప్రవర్తించిన తీరు కనపడుతుంది. ఇది ఒప్పుకోవాల్సిందే. అందులో ద్రౌపదిపై కూడా ఇలాంటివి జరిగి ఉండవచ్చు.

నవలలో ద్రౌపది శృంగారం కోసమే పుట్టిందని రాశారు? శృంగారం అవసరం లేనిది ఎవరికి? పుస్తకానికి సంస్పందన రాసిన సినారె గారు

"కథన విధానం, వర్ణనల సంవిధానం పాఠకులను పరమతత్పరతతో చదివించేదిగా ఉన్నాయి. అక్కడక్కడ ఓ కుదుపు కుదిపి ఆలోచింపచేస్తాయి అన్నారు."

సినారె లాంటి వారు ఈ పుస్తకాన్ని సమర్థించడం ఏంటో? ఒక కుదుపు కాదు అనేక కుదుపుల్లో, సంశయంలో పాఠకుల మనసు ఉక్కిరిబిక్కిరై పోతుంది. 270 పుటలు ఉన్న ఈ పుస్తకం యాభై చిన్న కథలుగా సాగింది. రచయిత దీనిని నవల అన్నారు కానీ నవల యొక్క స్వభావమే కనపడదు. భారతంలోని సంఘటనలను యదార్థంగా రాసి అక్కడక్కడ ద్రౌపది పాత్ర ఆలోచనా విధానాన్ని మార్చేసి రాస్తే నవల అవుతుందా?

కర్ణుడు కుంతీ దేవి కుమారుడని తెలిసిన తర్వాత ద్రౌపది మనసులో ఆలోచనలను రాసిన రచయిత.

" ఇది ముందే తెలిసి ఉంటే నేను కర్ణుడిని కూడా పెళ్లి చేసుకోవాల్సి వచ్చేదేమో! అయినా కర్ణుడు చాలా అందగాడు, అసలు కర్ణుడు దుర్యోధనుడి పక్షాన లేకపోతే మాకు అవమానాలు, అరణ్యవాసాలు ఉండేవి కాదేమో అనుకుంటుంది."

ఐదు మందిని ద్రౌపది ఇష్టపడి చేసుకోలేదు తన పూర్వ జన్మ ఫలితమే అని ఒక చిన్న కథ ఉన్నది మరియు అర్జునుడు ద్రౌపదిని స్వయంవరంలో వరించిన తర్వాత ఇంటికి తెచ్చినప్పుడు తల్లి  కుంతీ దేవి అందరూ పంచుకోండి అంటుంది. అదే ధర్మమని ధర్మరాజు ప్రతిపాదిస్తాడు. ద్రౌపది ప్రమేయం లేకుండానే అలా జరిగిపోయింది.

ద్రౌపది మొదట ఇష్టపడింది కేవలం అర్జుడినే అలాంటప్పుడు కర్ణుడిని కూడా ఎలా కోరుకుంటుంది? ఒక వేళ కోరుకున్నదే అనుకుందాము ఆ విషయాన్ని ఇప్పుడు రచయిత రాయడం వెనుక ఉద్దేశం ఏమిటి? భారతం కథను కాకుండా కొత్త వస్తువుతో ఇలాంటి విషయాలు రాసినట్లు అయితే ఎవరూ పట్టించుకునేవారు కాదు, అలా కాకుండా ఒక మత గ్రంధాన్ని తీసుకొని అందులోని మహిళ పాత్రను ఈ విధంగా రాయాల్సిన అవసరం ఏమున్నది? సరే రాసే హక్కు ఉన్నదే అనుకుందాము. ఇలా రాయడం ద్వారా రచయిత సమాజానికి ఏమి చెప్తున్నట్టు.

ఇక ద్రౌపది గురించి రచయిత చేసిన వర్ణనలు చూస్తే ఇదొక శృంగార నవల అనుకుంటారు. ద్రౌపది

మనసును విశ్లేషించి, వ్యక్తిత్వాన్ని చూపించడమే అన్నారు కాని ద్రౌపది శరీరాన్ని విశ్లేషించి ఆమె శరీర భాగాల వర్ణనలతో ద్రౌపదిని ఒక శృంగార తారగా చిత్రీకరించారు. చివరికి ధృతరాష్ట్రుడు కూడా ఆమె సౌందర్యాన్ని చూడటానికైనా తనకు కళ్ళు ఉంటే బాగుండేది అనుకున్నట్లు రాశారు.

నాటి ధృతరాష్ట్రుడి సంగతేమో తెలియదు కాని నేడు మాత్రం వావి వరసలు మరచి స్త్రీలను శృంగార హింసకు గురి చేస్తున్నారు. ఎంతో మంది మహిళలు ఇంట, బయట వారిపై జరిగే నీచపు పనులను చెప్పుకోలేక పోతున్నారు. ద్రౌపది మాత్రమే ఇలాంటి శృంగార హింసకు గురి కాలేదు. నాటి నుండి నేటి వరకు స్త్రీల పరిస్థితుల్లో మార్పు రాలేదు కదా ఇంకా నీచంగా దిగజారిపోయింది. భారతంలోని దాదాపుగా అన్ని పురుష పాత్రలు ద్రౌపది సౌందర్యం చూసి ఆమెను కోరుకున్నట్లు చూపారు. అలా చూపడానికి ద్రౌపది ఎంతో అందగత్తె అని రాసిన రచయిత ఆమె శరీర భాగాలను వివిధ సందర్భాల్లో క్రింది విధంగా వర్ణించారు.

1. కుంభస్థలాల వంటి స్తనాలతో ఒప్పారే ద్రౌపది (పుట 49)

2. మదించిన గున్న ఏనుగు కుంభస్థలాల వంటి స్తనాల భారంతో ఆమె కొద్దిగా వంగినట్లు కనపడింది.(పుట 91)
3. తడిసిన ఆమె శరీరంలో ఆమె నాభి లోతుగా సుడులు తిరుగుతున్నట్లు ఉన్నది. (పుట 91)
4. పది చేతులు ఆమెను చుట్టుముట్టాయి. ఎవరు అధర పానం చేస్తున్నారో, ఎవరు తన స్తన ద్వయాన్ని మర్దిస్తున్నారో, ఎవరు తన నాభిని తడుముతున్నారో, ఎవరు తనతో క్రీడిస్తున్నారో, ఎవరు తన ఊరువులు మధ్య చరిస్తున్నారో ఆమెకు తెలియడం లేదు. ఐదు తుమ్మెదలు ఒక పూవులో మకరందాన్ని ఏకకాలంలో గ్రోలుతున్నాయి. (పుట 95)
5. ధర్మజుని సరస శృంగార చేష్టలకు ద్రౌపది పరవశించి పోయింది. శృంగార రస ప్రవాహంలో ఆమె ఆలోచనలు మునిగిపోయాయి. (పుట 110)
6. ఆమె వదన సౌందర్యంపై ఒకరి చూపులు, జఘన సౌందర్యంపై మరొకరి చూపులు, ఎత్తైన వక్ష స్థలంపై ఇంకొకరి చూపులు, బలిష్టమైన ఆమె

ఉరువులపై మరొక(రు)రి చూపులు విహరించసాగాయి. (పుట 115)

7. ధర్మరాజు ఆమె పెదాలను గట్టిగా చుంబించాడు. తన పెదాలను ఆమె పెదాలపై ఆన్చాడు. కానీ ద్రౌపది తిరిగి అతడిని చుంబించ లేదు. ఊ అని ధర్మరాజు గట్టిగా అన్నాడు. ద్రౌపది అర్థం చేసుకొని చుంబించింది. నీవు సిగ్గుపడితే మన శృంగారం ఎలా సాగేది? మొదటి సారి నిన్ను అనుభవిస్తున్నాను. (పుట 138)

ఇలా రాసుకుంటూ పోతే పుస్తకంలో ఎన్నో ఉన్నాయి. ఒక మహిళ ఐదుగురిని చేసుకున్నప్పుడు ఆమె శారీరక బాధ ఎలా ఉంటుందో రచయిత చెప్పదల్చారు అనుకుంటే, మరి ఇందులో మనసు విశ్లేషణ ఎక్కడ ఉన్నది? కేవలం శృంగార విశ్లేషణ ఎక్కువగా రాశారు. అలా కాకుండా ద్రౌపదికి అనేక అవమానాలు ఎదురయ్యాయి. ఆ సందర్భంలో ఆమె పడిన వ్యథ, బాధ, తరువాత ఆమె తనను తాను ఎలా నిర్మించుకుంది లాంటివి ఎక్కువగా చర్చించి ఉంటే రచన ఎక్కువగా ఫలప్రదం అయ్యేది. అడుగడుగునా ఆమె శృంగారం కోసమే పుట్టిందని, అది లేకుండా ఉండలేదని, ఆమె సౌందర్యాన్ని ప్రతి ఒక్కరూ అనుభవించాలని

అనుకున్నారని రాశారు. అలా రాసిన రచయిత దానిని నిరూపించుకోడానికే ద్రౌపదిని అలా వర్ణన చేశారా?

సినిమాల్లో చూపించిన కథలను యథాతథంగా ఈ నవలలో చొప్పించడం రచయిత చేయకుండా ఉండాల్సింది. 'కీచక వధ' అధ్యాయం చదువుతుంటే నర్తనశాల సినిమా చూసినట్టుంది ఉంటుంది. సినిమాలోని కీచక పాత్రధారి డైలాగు, 'తిరస్కారం చేస్తే బలాత్కారం తప్పదు' ను యథాతథంగా దించడంలో రచయిత చేసిన పరిశోధన ఏంటో తెలిసిపోతుంది. మూల కథను కూలంకషంగా పరిశోధించి రాసిన రచయిత ఇలాంటి తప్పులు ఎలా చేశారో మరి?

రచనలోని భాష రెండు విధాలుగా సాగుతుంది. శృంగార వర్ణనలో గ్రాంథిక భాషను వాడిన రచయిత కొన్ని చోట్ల మాత్రం అతి సాధారణ చౌకబారు భాషను వాడారు. ఈ నవల చదివితే పాఠకులు ద్రౌపది పాత్రను తప్పుగా అర్థం చేసుకోవడమే కాకుండా రచయిత చెప్పినట్టు పాఠకులు కూడా ఆమె సౌందర్యం కోసం తహతహలాడుతారు. ఇది రచయిత సాధించిన విజయం మరి. ద్రౌపదిని ఐదు మంది భర్తలు, భారతంలోని అనేక

పాత్రలే కాకుండా పాఠకులను సైతం ఆమెపై మనసు పారేసుకునేలా చేసిన ఘనత రచయితకే దక్కుతుంది.

మనసు విశ్లేషణ ఏమో కానీ ద్రౌపది యొక్క శృంగార వాంఛ గురించి పుష్కలంగా విశ్లేషణ చేశారు. ద్రౌపది కష్టంలో కంటే ద్రౌపది పడక సుఖాన్ని ఎలా పొందింది? ఎలా పొందలేక పోయింది? ఆమెను ఎవరెవరు కోరుకున్నారు? కోరుకోడానికి ఆమెకు ఉన్న అందచందాలు ఎలా ఉన్నాయి? లాంటివి రచయిత వివరంగా రాసి విజయాన్ని పొందారు.

కేంద్ర సాహిత్య అకాడమీ పురస్కారం - 2009

# సమాజాన్ని చైతన్యపరచడమే 'కాలుతున్న పూలతోట' లక్ష్యం

ఏ సాహిత్యవేత్త అయినా తన చుట్టూ ఉన్న ప్రజలు బాధపడుతూ ఉంటే తట్టుకోలేరు. సమస్యలను కనుక్కుంటారు, సమస్యలకు మూలాలు అన్వేషిస్తారు, సమస్యను అధ్యయనం చేసి విశ్లేషించుకొని ప్రజలను చైతన్యపరుస్తారు. అందుకు తన సాహిత్యాన్ని ఆయుధంగా, అస్త్రంగా వాడుతారు. స్వతంత్రం పోరాటంలో, దేశ శాంతి విషయంలో మత, కుల కల్లోలాల విషయంలో సమస్య ఏదైనా కానీ ఆ సమస్యపై స్పందించి ప్రజలను అప్రమత్తం, చైతన్యం చేసేవారే నిజమైన బాధ్యతాయుతమైన సాహిత్యవేత్తలు.

భారతదేశంలో ఎయిడ్స్ బాధితుల సంఖ్యా పెరిగిపోతూ ఉండటం, ఎయిడ్స్ బాధితులను ప్రజలు

నీచాతి నీచంగా పరిగణించడం. అసలు వారికి జీవించే హక్కే లేనట్లు ప్రవర్తించడం, పురుగుకన్న హీనంగా చూడటం, ఆదరణ, ఆప్యాయత లేకపోవడం చేత ఎయిడ్స్ బాధితులు ఆత్మహత్యలు చేసుకోవడం లాంటివి ఎక్కువగా జరిగాయి. ఎయిడ్స్ పై ప్రజలకు అవగాహన లేకపోవడం కూడా ఎయిడ్స్ రావడానికి కారణమే. ఇలాంటి సమస్యలపై సాహిత్యవేత్తలు స్పందించాలి. ప్రజలను చైతన్యపరచాలి.

ప్రముఖ నవలా రచయిత శ్రీ సయ్యద్ సలీం గారు ఎయిడ్స్ ని వస్తువుగా చేసుకొని 'కాలుతున్న పూలతోట' శీర్షికతో 232 పుటలున్న నవలను తెలుగు ప్రజలకు అందించారు. ఇదే పుస్తకానికి 2010లో కేంద్ర సాహిత్య అకాడమీ పరిష్కారం లభించింది. పుస్తకం యొక్క లక్ష్యం ప్రజలలో ఉన్న అపోహలు తొలగించడం, ఎయిడ్స్ బాధితులను ఆదరించడం, వారు కూడా మనుషులే వారికీ జీవించే హక్కు ఉన్నదని తెలియపరచడం. ఎయిడ్స్ వస్తే ఆ విషయాన్ని దాచుకొని బాధపడాల్సిన అవసరం లేదని, సరైన మందులు తీసుకొని జీవిత కాలాన్ని పొడిగించుకోవచ్చని, ఎయిడ్స్ బాధితులు కూడా ఏదైనా సాధించవచ్చని తెలుపడానికి రాసిన నవల.

తన చుట్టూ ఒక సమస్య ఉన్నది, ఆ సమస్యపై స్పందించాలి, స్పందించాలంటే సమస్యపై పూర్తిగా అధ్యయనం చేయాలి. తప్పులను వెతికి విశ్లేషించి ప్రజలకు అర్థమయ్యే భాషలో చెప్పాలి. అదే పని ఈ 'కాలుతున్న పూలతోట' నవల చేసింది.

ప్రధానంగా నవల రెండు పాయలుగా సాగుతుంది. కుమార్ చదువుకున్నా ఉద్యోగం చేసే బ్యాంకు ఉద్యోగి. ఎయిడ్స్ వచ్చినట్లు అపోహ పడి తన భార్యకు, ఇద్దరి పిల్లలకు దూరంగా ఉండటం, గొడవలు పడటం, అతని మానసిక సంఘర్షణ, తప్పు చేశాననే భావన నుండి ఆత్మహత్యకు దారితీయడం. ఇది ఒక పాయ అనుకుంటే, మరో పాయ నాగమణి అనే అతి బీద, చదువు లేని, కూలి పని చేసుకునే యువతి యొక్క భర్త కోటయ్యకు ఎయిడ్స్ రావడం, తద్వారా తనకు, తన ఒక్కగానొక్క బిడ్డకు కూడా ఎయిడ్స్ రావడం. కోటయ్య మరణం ఆ తర్వాత బిడ్డ కూడా దూరం అవ్వడం. అసలు ఎయిడ్స్ అంటే ఏంటో తెలియని దశ, ఎన్నో అవమానాలు, అపవాదాలు, శారీరక హింస నుండి బయటపడి ఎయిడ్స్ పై అవగాహన పెంచే దశకు ఎదిగి భారత ప్రభుత్వం ఆహ్వానం మేరకు సభకు హాజరై

సన్మానం పొందుతుంది. వస్తువు ఒక్కటే అయినా నవల భిన్న ధ్రువాలుగా నడుస్తుంది.

నవలలో రెండు ప్రధానమైన పాత్రలు. ఒకటి కుమార్, రెండు నాగమణి. మొదట కుమార్ పాత్రను పరిశీలిస్తే కుమార్ ది అందమైన చిన్న కుటుంబం. మంచి భార్య, రత్నాల్లాంటి ఇద్దరు పిల్లలు. ఆఫీస్ పని మీద క్యాంపుకు వెళ్ళినప్పుడు తన స్నేహితురాలు సుధీరను కలుస్తాడు. ఒకప్పుడు సుధీరను కుమార్ ప్రేమించి ఉంటాడు. ఆ క్యాంపులో ఆమెతో శారీరకంగా కలుస్తాడు. ఇక్కడ కుమార్ తన భార్యకు ద్రోహం చేస్తున్న అని తెలిసి మదన పడుతూనే సుధీరతో కలుస్తాడు. పైగా "తప్పు ఇంత మధురంగా ఉంటే ఆ తప్పు చేయడంలో తప్పేంటి" అని తనలో తానే అనుకుంటాడు. క్యాంపు నుండి వచ్చిన తర్వాత సుధీరతో మళ్ళీ మళ్ళీ కలవడానికి తహతహలాడతాడు. ఆ సందర్భంలో సుధీర ఫోన్ చేసి తనకు ఎయిడ్స్ ఉన్నదని. నీకు కూడా ఉండే అవకాశం ఉన్నదని చెప్తుంది.

అప్పటి నుండి కుమార్ మానసిక సంఘర్షణ మొదలౌతుంది. భార్యకు విషయాన్ని తెలుపడు. కనీసం వైద్య పరీక్షలు చేసుకోడు. వైద్య పరీక్షలు చేసుకుంటే

తనకు ఎయిడ్స్ ఉన్నట్టు అందరికీ తెలుస్తుంది. తన గౌరవం, భార్య పిల్లలకు సంఘంలో మర్యాద ఉండదనే అభిప్రాయంతో తాను బాధపడుతూ భార్యను బాధపెడుతూ ఉంటాడు. చదువుకున్న వ్యక్తి అయ్యుండి తప్పు చేయడం ఒక ఎత్తు అయితే కనీసం సేఫ్టీ కూడా ఉపయోగించకపోవడం మరో తప్పు. అంతకంటే పెద్ద తప్పు సుధీర తనకు ఎయిడ్స్ ఉన్న విషయాన్ని చెప్పినప్పుడు తాను వైద్య పరీక్షలు చేయించుకోడానికి ఆలస్యం చేయడం లాంటివి కుమార్ సమాజానికి భయపడే పిరికివాడని అర్థం చేసుకోవచ్చు. కుమార్ పిరికితనానికి ఉదాహరణే ఆత్మహత్య ప్రయత్నం. అయితే కుమార్ పాత్ర ద్వారా ఎయిడ్స్ రాకపోయినా వచ్చిందని అపోహ పడి జీవితాన్ని ఎలా నాశనం చేసుకుంటారో రచయిత వివరణాత్మకంగా తెలియజేశారు.

ఇక నాగమణి పాత్రను తీసుకుంటే ఆమెకు ఎయిడ్స్ అంటే తెలియదు. ఎయిడ్స్ ఉన్నదని చనిపోవాలని అనుకోదు. భర్తను, బిడ్డను కోల్పోయిన జీవితాన్ని కొనసాగిస్తుంది. తన లాంటి వారికి, సమాజానికి ఉపయోగపడాలని భావిస్తుంది. ఎయిడ్స్ కంటే ప్రమాదకరమైనది మనుషుల మనస్తత్వమే అనే సత్యాన్ని గ్రహిస్తుంది. అవమానాలకు, అవహేళనలకు ఎదురు

నిలిచి ముందుకు సాగుతుంది. ఎయిడ్స్ నే కాదు జీవితాన్ని కూడా జయిస్తుంది.

నాగమణి పాత్ర ద్వారా రచయిత సమస్యను ఎలా ఎదుర్కోవాలి, సమాజాన్ని ఎలా రిసీవ్ చేసుకోవాలి. సమస్యకు మరణం పరిష్కారం కాదని తెలియ పరిచారు. కుమార్ చదువు ఉండి కూడా అపోహపడతాడు, ఆత్మహత్య ప్రయత్నం చేస్తాడు. నాగమణి మాత్రం ఎయిడ్స్ గురించి అవగాహన పెంచుకోవడమే కాకుండా తన చుట్టూ ఉన్నవారికి ఎయిడ్స్ పై అవగాహన పెంచుతుంది. ధైర్యంగా ముందుకు సాగుతుంది. ఎంత చదువు ఉండి ఏం లాభం ధైర్యం, సమాజాన్ని అర్థం చేసుకునే గుణం లేకపోతే నిష్ప్రయోజనం.

కుమార్, నాగమణి పాత్రల తర్వాత అత్యంత ముఖ్యమైన పాత్ర సుధీర. తనకు ఎయిడ్స్ ఉన్నదని తనతో శారీరకంగా కలిసిన వారందరికీ చెప్తుంది. అందరి శ్రేయస్సు కోరుతుంది. ప్రసాద్ మాత్రం తనకు ఎయిడ్స్ ఉందని తెలిస్తే సమాజం ఏ విధంగా తీసుకుంటుందో, అవమాన పరుస్తుందోనని భయపడ్డాడు. సుధీర తన చివరి నిమిషంలో ప్రేమను కోరుతుంది. తనకు ఎయిడ్స్ లేనప్పుడు ఎంతోమంది మగవారు తనతో ఒక్కరోజు

గడిపితే చాలు అనుకున్నవారు కూడా ఆమె మరణంలో తోడురారు. సుధీర కోరుకున్నది స్వచ్ఛమైన ప్రేమ. ఆ ప్రేమను శృంగారంలో వెతుక్కుంది తప్పా శృంగారమే ఆమె జీవితం కాదు. ఆమె ఎవరి జీవితాన్ని నాశనం చేయాలనుకోలేదు. తన జీవితాన్ని నాశనం చేసిన వారిపై పగ, ద్వేషం పెంచుకోలేదు. అందరి బాగే కోరుకుంది.

నవలా వస్తువు అమోఘమైనది అనే కంటే ఎంతో అవసరమైనది అనవచ్చు. వస్తువు సంబంధించిన సమగ్ర సమాచారాన్ని సేకరించి, వస్తువును అనేక కోణాల్లో చర్చించి రచయిత ప్రజలకు అందించారు. ఉదాహరణకు ఎయిడ్స్ వస్తే ఎలా ఎదుర్కోవాలో నాగమణి పాత్ర చెపితే, ఎయిడ్స్ వచ్చిందని మానసికంగా కుంగిపోయి, తాను బాధపడటమే కాకుండా భార్య, పిల్లలను కూడా ప్రసాద్ బాధపెడతాడు. ఎయిడ్స్ వచ్చినవారి కంటే ఉందేమోనని అపోహ పడే వారికి ప్రసాద్ పాత్ర ఒక హెచ్చరిక. డయాగ్నోసిస్ సెంటర్స్ తప్పుడు టెస్టులు వల్ల కలిగే అనర్థాలు. సమాజంలో ఎయిడ్స్ మీద తప్పుడు అపోహలు లేకుండా చేయడం. ప్రజలను చైతన్యపరచడమే నవల యొక్క ముఖ్య ఉద్దేశం.

నవలలో అనవసరమైన పాత్రలు లేవు. పాత్రలు వస్తువు నుండి విడిపోలేదు. వస్తువు పాత్రల మధ్య తిరిగింది తప్ప వస్తువు కోసం పాత్రలను సృష్టించి కట్టు కథలు అల్ల లేదు. కొందరు నవలాకారులు వస్తువు గురించి ఎక్కువగా చెప్పడానికి పాత్రలతో ఉపన్యాసాలు చెప్పిస్తూ ఉంటారు. వస్తువు నుండి పక్కకి జరిగి అధికంగా చర్చలు పెడుతూ ఉంటారు. సలీం గారు అలా చేయలేదు. శిల్పం విషయంలో అందరికి అర్థమయ్యే భాషలో నవల సాగింది. పాత్రల సంభాషణలో కూడా ఆ పాత్రాల ప్రాంతం, సామాజిక ప్రగతి ఆధారంగానే భాషను మార్చడం జరిగింది. ఉదాహరణకు ప్రసాద్ పాత్రలో చదువుకున్న వ్యక్తి ఎలా మాట్లాడతాడో, పిల్లలు వదిలేస్తే యాచించుకునే మస్తానమ్మ లాంటి చదువు లేని సాధారణ వ్యక్తి ఎలా మాట్లాడుతుందో భాషలో యాసలో చక్కగా వ్యక్త పరిచారు.

కేంద్ర సాహిత్య అకాడమీ పురస్కారం - 2010

# సంగీత ప్రియుల కోసం 'స్వరలయలు'

డా. సామల సదాశివ గారు 1928లో జన్మించారు. సదా శివ గారు రాసిన సంగీత ప్రధానమైన 'స్వర లయలు' గ్రంథానికే 2011 సంవత్సరానికి కేంద్ర సాహిత్య అకాడమీ పురస్కారం వరించింది. 170 పుటలు ఉన్న పుస్తకంలో 41 వ్యాసాలు ఉన్నాయి.

పుస్తకంలో ప్రధానంగా ఆనాటి సంగీత కారుల జీవిత విశేషాల గురించి, పురస్కారాలు, అవమానాలు గురించి ఉన్నాయి. నార్త్ ఇండియాలో సంగీతానికి ఎక్కువగా ప్రోత్సాహమిస్తారని అదే సౌత్ ఇండియాలో అలా జరగడం లేదన్నారు. దేశంలో అనేక చిన్న, పెద్ద సంస్థానాలు సంగీతాన్ని తగు రీతిలో ఆదరించాయని హైదరాబాద్ సంస్థానం మాత్రం ఆ పద్ధతిని అవలంబించలేదని వాపోయారు.

అన్ని రంగాల్లో ఉన్నట్టే సంగీత రంగంలో కూడా రాజకీయాలు ఉన్నాయి. అనేక సందర్భాల్లో ఒకరిని ఒకరు దూషించుకోవడం లాంటివి. సంగీతం కోసం జీవితాలను త్యాగం చేసి శ్రమించిన వారి గురించి కూడా క్లుప్తంగా రాశారు. అయితే కొన్ని సంస్థానాలు మాత్రం ఆ సంస్థానాల మంత్రుల కంటే ఎక్కువగా జీతాలు ఇచ్చి సంగీతకారులని పోషించారని అది నేడు కనపడటం లేదని బాధపడ్డారు. పుస్తకాన్ని ఎందుకు రాశారో పుస్తకంలోనే సదాశివ గారు ఇలా చెప్పుకున్నారు.

"మహారాష్ట్ర ప్రాంతంలో ఎంతో ఆదరణకు నోచుకున్న హిందూస్తానీ సంగీతం రాను రాను సన్నగిల్లింది. నగరాల్లో చదువుకున్న వాళ్లలో సభ్యత సంస్కారాలు మారిపోతున్నాయి. కాబట్టి కొన్ని దశాబ్దాల కిందటి భాషగాని, సంగీత సాహిత్య అభిరుచులు కాని మళ్ళీ చూడగలం, వినగలం అనుకోవడం అడియాసే. మా లాంటి వృద్ధ జనులకు కావాల్సిన సంగీతాన్ని వినడానికి రేడియోను, టీవీని ఆశ్రయించాల్సి వస్తోంది. నాటి ముచ్చట్లు తెలియజేయడానికే ఈ ముచ్చట్లు రాస్తున్నాను"

సదా శివ గారు చెప్పినట్టు భాష, సంప్రదాయం, సంస్కృతి మారుతోంది. అది నిజమే కావచ్చు కానీ కేవలం పట్టణ ప్రజలే దానికి కారణం అన్నట్టుగా రాయడం సహేతుకంగా లేదు. నగరాల్లో చదువుకున్న వాళ్లలో అనేకంటే మనషుల్లో మార్పు వస్తోందంటే సరిపోతుంది. చాలామంది కవులు, సాహిత్యవేత్తలు కూడా పట్టణాన్ని వ్యతిరేకిస్తూ సాహిత్యాన్ని రాస్తూ ఉంటారు. నిజం ఏంటంటే వారు రాసేది పట్టణంలో ఉండే. పల్లెలను ప్రేమించడం తప్పు కాదు కాని పట్టణాన్ని వ్యతిరేకించడం సమంజసం కాదు.

20వ శతాబ్దిలో ఆంగ్లేయుల ప్రభావం వల్లనే మన వాళ్లలో సంగీత అభిరుచి మారిందని శాస్త్రీయ సంగీతం కంటే తేలికైన సంగీతాన్ని ప్రజలు వినాలనుకుంటున్నట్టు వెల్లడైంది అన్నారు. ఇది ఎవరు వెల్లడించారో తెలియదు కాని శాస్త్రీయ సంగీతమే గొప్పదనే భావన నాటి ప్రజల్లో ఉండేది. కానీ ఆ తర్వాత శాస్త్రీయ సంగీతం కొందరికే అర్థం అవ్వడం, తేలికైన అనడం కంటే సులువైన సంగీతాన్ని ప్రజలు ఇష్టపడుతూ వచ్చారు. దానికి కారణం

ఎవరైనా కష్టమైనదాని కంటే సులువైన, అర్థమయ్యే దానికే మొగ్గు చూపడమే.

శాస్త్రీయ సంగీతానికి ఇప్పటికీ వన్నె మాత్రం తగ్గలేదు. దేని విలువ దానికే ఉన్నది. శాస్త్రీయ సంగీతకారుల కంటే సినిమా సంగీతానికే ఎక్కువగా పేరు ప్రఖ్యాతలు వస్తున్నాయి కాని అవార్డుల విషయంలో సినిమా సంగీతానికి ఆదరణ లేదని వాపోతున్నవారు ఉన్నారు. ఉదాహరణకు గాన కోకిల జానకి గారు తనకు పద్మ అవార్డు ప్రకటించినప్పుడు శాస్త్రీయ సంగీతమే, సంగీత కారులే గొప్పవారు కాదని మేము కూడా దేనికి తీసిపోమని ఆవేదన చెందారు.

భారతరత్న పండిత్ భీం సేన్ జోషి గారి జీవితం, బాల్యం, సంగీత సాధన కోసం వారు ఇల్లు విడిచి వెళ్ళిపోవడం, అత్యంత దుర్లభమైన జీవితాన్ని గడపడం, వారి జీవిత అనుభవాలు, అవమానాలు, విజయాల గురించి చక్కగా రాశారు. అన్ని రంగాల్లో మహిళలు అనేక అవమానాలు, శారీరక హింస ఎదుర్కోవడం చూస్తూనే ఉన్నాము. ఈ సంగీత రంగంలో కూడా అలా ఉన్నాయని వికారపు చూపులు, వెకిలి చేష్టలు, తమ శరీరాలను

రక్షించుకుంటూ గడిపినవారు ఎందరో ఉన్నారని చెప్పుకొచ్చారు.

ఈ సందర్భంలో రంగనాయకమ్మ గారి కళ ఎందుకు నవల గుర్తుకు వస్తోంది. నృత్యం చేయకూడదని కన్నతండ్రి, భర్త అడ్డు పడటం నవలలో చూడవచ్చు అయినప్పటికీ వారిని ఎదిరించి నృత్యానికే తన ప్రాధాన్యత ఇస్తుంది నవలలోని పాత్ర. సంగీతంలో కూడా మహిళలు ఇంటి నుండి సమాజం నుండి ఎన్నో అడ్డంకులు, అవరోధాలు ఎదుర్కొన్నారు. ఇప్పటికీ అందులో ఎలాంటి మార్పు లేకపోవడం అత్యంత బాధాకరం. అవార్డుల విషయంలో కూడా మహిళలపై చిన్న చూపు ఉండేదని హీరబాయి గారు సమాన హక్కుల కోసం పోరాడినట్లు సదా శివ గారు తెలియజేశారు.

సంగీతంలోని సప్త అక్షరాలు పశు పక్షుల ధ్వనులే అని చెపుతూ: 'స' అంటే షడ్జమం. నెమలికూత. 'రి' అంటే రిషభం. ఎద్దు రంకె. 'గ' అంటే గాంధారం, మేక స్వరం. 'మ' అంటే మధ్యమం క్రౌంచపక్షి కూత. 'ప' పంచమం కోకిల స్వరం. 'ధ' అంటే ధైవత్వం గుర్రం సకలింపు. 'ని' అంటే నిషాదం. ఏనుగు ఘీంకారం. శాస్త్రీయ సంగీతాన్ని ఇష్టపడేవారు, నాటి సంగీత కారుల

గురించి తెలుసుకోవాలనుకునే వారు పుస్తకాన్ని చదవచ్చు. పుస్తకంలో సంగీతం గురించి కంటే సంగీత కారుల గురించే ఎక్కువగా ఉన్నది. అలా కాకుండా సంగీతం గురించి కూడా ఎక్కువగా రాసి ఉంటే సంగీతాన్ని ఇష్టపడే వారికి ఉపయోగ పడేది.

కేంద్ర సాహిత్య అకాడమీ పురస్కారం - 2011

# తెలుగు సాహిత్య విమర్శకు మకుటం రాచపాళెం

విమర్శ రచయితను ఉన్నతుడిని చేస్తుంది, చేయాలి. రచనల్లోని లోటుపాట్లు తెలిపి రచయితలను మరింత మెరుగ్గా రాసేలా చేయగల శక్తి విమర్శకు మాత్రమే ఉంటుంది. తెలుగు సాహిత్యంలో తొలి సాహిత్య విమర్శనాత్మక గ్రంథం "విగ్రహతంత్ర విమర్శనం". ఈ పుస్తకాన్ని కందుకూరి వీరేశలింగంపంతులు గారు రచించారు. విమర్శ ప్రాచీన కాలం నుండే ఉంది. విమర్శ అంటే అది కేవలం సాహిత్యానికి చెందిన పదం మాత్రమే కాదు, విమర్శ అన్ని కళల్లో ఉంటుంది. బహుశ పేరు మారినప్పటికీ ఉద్దేశం మాత్రం ఒక్కటే. ప్రధానంగా విమర్శ నాలుగు రకాలు.

1.  వివరణాత్మక విమర్శ
2.  అభినందాత్మక విమర్శ

3. తులనాత్మక విమర్శ
4. నిర్ణయాత్మక విమర్శ

మొదటి విమర్శనాత్మక పుస్తకం కందుకూరి గారు రాసినప్పటికీ విమర్శకు ఆధ్యులు శ్రీ కట్టమంచి రామలింగారెడ్డి గారనే చెప్పుకోవచ్చు. విమర్శకు రూపాన్ని, విలువను, ప్రాముఖ్యతను పెంచింది వారే. విమర్శ చేయాలంటే లోతైన అధ్యయనం తప్పనిసరి. విమర్శకులు రచనా కాలాన్ని, ప్రాంతాన్ని పరిగణంలోకి తీసుకోవాలి. విమర్శ చేసేవారు సహనంతో ఉండాలి కానీ అహంకారంతో ప్రవర్తించకూడదు.

విమర్శకులు కవి/రచయితకు తల్లి లేదా తండ్రిలాగా తమ రచనల్లోని లోటుపాట్లు చెప్పగలగాలి. విమర్శ రచయిత ఎదుగుదలకు ఉపయోగపడాలే కాని రచయితను/రచనను తుంచేయకూడదు. రంగనాయకమ్మ గారు రాసిన విమర్శనాత్మకమైన మూడు పుస్తకాలను "నీడతో యుద్ధం" అనే శీర్షికతో సంకలనం చేశారు. పుస్తకంలో పైన తెలిపిన నాలుగు రకాల విమర్శ వ్యాసాలు గమనించవచ్చు.

ఒకప్పుడు తెలుగు సాహిత్యంలో విమర్శకులు బాగానే ఉండేవారు. విమర్శ తగ్గిపోడానికి అనేక

కారణాలు ఉన్నాయి. ఉదాహరణకు విమర్శ రచన మీద కాకుండా రాసిన రచయితపై ఉండటం. ఇతర కారణాలు దృష్టిలో పెట్టుకొని సహేతుకంగా లేని విమర్శలు చేయడం. ఇదొక కోణం అయితే, మరో కోణం విమర్శకులను కవులు/రచయితలు శత్రువులుగా చూడటం, విమర్శను తట్టుకోలేకపోవడం, ఇలా మరెన్నో.

విమర్శను ఒక స్థాయికి చేర్చి గత నాలుగు దశాబ్దాలుగా విమర్శకులుగా ఉన్న శ్రీ రాచపాళెం చంద్రశేఖర్ రెడ్డి గారు విమర్శ రంగంలో ఎంతో కృషి చేశారు. వారి సేవకు గుర్తింపుగా "మన నవలలు - మన కథానికలు" శీర్షికతో రాసిన విమర్శనాత్మక వ్యాస సంపుటికి కేంద్ర సాహిత్య అకాడమీ పురస్కారం లభించింది. తెలుగు సాహిత్యంలో విలువైన కథలను, నవలలను తీసుకొని పై తెలిపిన నాలుగు విధాలుగా విమర్శించారు.

కవులు కేవలం కవిత్వం, కథ, నవల మాత్రమే కాకుండా ఇలాంటి విమర్శనాత్మక పుస్తకాలు చదవడం వలన అనేక విషయాల పట్ల అవగాహన ఏర్పడుతుంది. ఏది తప్పో, ఏది ఒప్పో తెలిస్తే తప్పులు చేయకుండా జాగ్రత్త పడగలము. స్వామి గారు రాసిన

గద్దలాడతాండాయి నవలపై పుస్తకంలో ఇలా చెప్పబడింది.

"ఒక సామాన్య సాహిత్య సూత్రమేమిటంటే ఉన్న సామాజిక పరిస్థితిని రచయిత చిత్రీకరించడమే కాదు దానిని మార్చడానికి రచయితల ఆలోచనలను, నిర్ణయాలను తెలియపరచాలి."

మన అనుభవాలు ఎంతోమందికి ఉపయోగపడుతాయి? మనకు ఎదురైన సమస్యలో ఎటువంటి నిర్ణయం తీసుకున్నామో, ఎలా పరిష్కరించుకున్నామో తెలియజేయడం వల్ల పరిష్కార మార్గాలు ఇతరులకు ఉపయోగపడతాయి. అందుకే రాచపాళెం గారు ఇలా అన్నారు.

"ఉన్న విషయం చెప్పడం కాదు దానితో పాటు రచయితల అభిప్రాయాలు, నిర్ణయాలు, ఆలోచనలు రచనల్లో తెలుపడం ద్వారా మెరుగైన సమాజ నిర్మాణానికి రచనలు ఉపయోగపడతాయి."

జరిగే విషయాలు రచనల రూపంలో కాకపోయినా మరే రూపంలోనైనా తెలుస్తాయి కాని వాటి పరిష్కార మార్గాలు అవసరమని చెప్పడమే రాచపాళెం గారి ఉద్దేశం. రచయితలు కేవలం వాస్తవాన్ని రాయడమే

బాధ్యతగా తీసుకోవడం కాదు, సంబంధించిన విషయంపై రాసిన రచనలో రచయిత అభిప్రాయాన్ని తెలుపడాన్ని బాధ్యతగా తీసుకోవాలి.

ఇదే పుస్తకంలో అభినందాత్మక విమర్శను మనం గమనించవచ్చు. చిలకూరి దేవపుత్ర గారు రాసిన అద్దంలో చందమామ నవలపై రాచపాళెం గారు అలాంటి విమర్శే చేశారు. ఈ వ్యాసంలో రచయితను అభినందిస్తూనే రచన ఎలా సాగింది? రచనలోని పాత్రల తీరును మనకు వివరిస్తూ రచయిత చేసిన ఒప్పులను చెప్పడం ద్వారా విమర్శ అంటే కేవలం తప్పులను చెప్పడమే కాదు ఒప్పులను కూడా గుర్తిస్తుందని తెలుపడమే.

ఉదాహరణకు: రచయిత పాత్రలతో అనవసర వాక్యాలు చేయలేదు. వస్తువును శిల్పంతో మింగించే ప్రయత్నం చేయలేదు, కల్పన తక్కువగా చేసి వాస్తవిక సాహిత్య మర్యాదల్ని కాపాడటం వలనే ఈ నవల విజయం సాధించిందన్నారు.

రచనల్లో వాస్తవికత లేకపోవడం వల్లే పాఠకులు రచనకు దూరం అవుతారు. రచన పాఠకుల చుట్టూ ఉండాలి కాని ఎక్కడక్కడో తిరుగుతూ ఉంటే పాఠకులు

దానిని అందుకునే ప్రయత్నంలో రచనను ఫీల్ అవ్వలేరు. ముఖ్యంగా నవలల్లో పాత్రల మాటలు, పాత్రల చిత్రీకరణ చాలా ముఖ్యం. పాత్ర పరిచయం ఒకలా చేసి, వస్తువు కోసం పాత్ర స్వభావాన్ని మార్చడం వల్ల సహజత్వం కుంటుపడుతుంది. నవలల్లో వస్తువు, శిల్పం ఏది ముఖ్యం అంటే వస్తువు ఏదైనా కావచ్చు కాని వస్తువును చెప్పడానికి కల్పన, ఊహ, అసహజత్వాన్ని ఎక్కువగా చూపించకూడదు. రాసాని గారు రచించిన చీకటి రాజ్యంపై టార్చిలైటు నవలపై ఇలా చెప్పబడింది.

"భూస్వాములకున్న రాజ్య స్వభావాన్ని సమగ్రంగా చిత్రించారు కాని రాజకీయ నాయకులకు, భూస్వాములకు మధ్య గల సంబంధాన్ని చిత్రీకరించి ఉంటే నవల మరింత బలంగా ఉండేది."

వస్తువును సాహిత్య ప్రక్రియగా మార్చేందుకు రచయిత భయపడకూడదు, ఉన్న వాస్తవాలను రాయడంతో పాటు అన్ని రకాల సంబంధాలను రాసినప్పుడే వాస్తవంగా జరిగే విషయాలు బహిర్గతం చేయగలుగుతాము. తద్వారా అందులో మార్పును ఆశించవచ్చు.

విమర్శకులు రచనల్లోని పాత్రల సంభాషణలు కూడా బాగా గమనించాలి. ఆ సంభాషణలే రచనను నడపడానికి, రచన యొక్క దిశను మార్చుకోడానికి ముఖ్యకారణం. వాటిని కూడా సునిశితంగా పరిశీలించారనే విషయం రాచపాళెం గారి మాలపల్లి విమర్శ వ్యాసంలో కనపడుతుంది.

రాచపాళెం గారి విమర్శ సహజంగా, వాస్తవంగా, రచనను రాసిన రచయిత ఆలోచించేలా, తన తప్పును ఒప్పుకునేలా చేసే విశిష్టత వారి విమర్శలో ఉంటుంది. కొన్ని వ్యాసాల్లో నిర్మొహమాటంగా రచనలో ఉన్న లోపాలు సూటిగా తెలియజేయడంలోనూ, రచనలో తప్పు ఎక్కడ మొదలైంది? తద్వారా రచన తన గమనాన్ని ఎలా మార్చుకుంది? ఇలాంటి విషయాలు కూడా తెలుపడం వారి పరిశీలన శక్తికి నిదర్శనం.

జగడం నవలకు సంబంధించిన వ్యాసంలో కవి వివిధ సందర్భాలలో ఉపయోగించిన వాక్యాలను కోట్ చేయడం ద్వారా వాక్య నిర్మాణం ఎలా ఉండాలనే విషయాలపట్ల అవగాహన కలుగుతుంది.

విమర్శ చేస్తున్నవారు ఎందుకు చేస్తున్నారో? రచయితలు చేసిన తప్పు చెప్తూనే అలా కాకుండా ఇలా

ఉండాలని ప్రతిపాదించడం మాత్రమే కాదు, వారి ప్రతిపాదన సహేతుకంగా, రచయిత అంగీకారమే కాకుండా సమాజ అంగీకారం కూడా ఉండాలి. రచనలో ఏ భాగాన్ని విమర్శ చేస్తున్నారో ఆ సందర్భాన్ని వివరంగా వివరించాలి. అలాంటి విమర్శే అంపశయ్య నవీన్ గారు రాసిన రక్తకాసారం రచనపై రాచపాళెం గారు చేశారు.

విమర్శ కూడా నచ్చేలా రాయడం ఒక రాచపాళెం గారికే కుదురుతుందని చెప్పడంలో ఎలాంటి అతిశయోక్తి లేదు. విమర్శ చేసేటప్పుడు రాచపాళెం గారు వివిధ అంశాలపై అభిప్రాయాలను, సామాజిక సూత్రాలను, విమర్శకు ఉండవలసిన లక్షణాలను తెలియపరచడం వల్ల విమర్శపట్ల సదాభిప్రాయం కలుగుతుంది. తన విమర్శలో వస్తువు యొక్క పరిస్థితులను విశ్లేషించడంలో రాచపాళెం గారు నిష్ణాతులు. ఒక విషయాన్ని విశ్లేషణ చేయడానికి ఎన్నో విషయాలు తెలియాలి, అన్ని విషయాలు వాస్తవ రూపంలో ఉండాలి. ఇష్టం వచ్చినట్టు రాయడం వల్ల విమర్శ లోకువైపోతుంది.

రాచపాళెం గారి విమర్శ సాహిత్య లోతులను, పరిసర విధానాలను తెలియజేయడంలో ఉన్నతమైనవిగా ఉంటాయి. ఇవే కాకుండా రాచపాళెం గారు రాసే

ముందుమాటల్లో కూడా కేవలం రచనను విశ్లేషణ చేయడమే కాకుండా సంబంధించిన వస్తువు యొక్క పూర్వాపరాలను తెలియజేస్తారు. రచన యొక్క పాత్రల పేర్లు, కొన్ని సందర్భాల్లో ఏదైనా విషయాన్ని చెప్తున్నప్పుడు ఆ విషయం ఎప్పుడు జరిగింది? ఏ ప్రాంతంలో జరిగిందనే విషయాలను తేదీలతో సహా తెలియపరచడం వారికున్న విషయ పరిజ్ఞానాన్ని తెలియపరుస్తుంది. విమర్శలో అమోఘమైన కృషి చేసి తెలుగు సాహిత్యాన్ని సరిదిద్దుతున్న రాచపాళెం గారికి అభినందనలు.

కేంద్ర సాహిత్య అకాడమీ పురస్కారం - 2013

# సాహిత్య సమాచారిని ఇనాక్ 'విమర్శిని'

తెలుగు సాహిత్య విమర్శలో ఎక్కువగా శిల్పంపై దృష్టి సారించిన విమర్శకులు వస్తువును చాలా తక్కువగా విమర్శ చేశారు. రచయిత తీసుకున్న వస్తువుపై వారి అభిప్రాయాలను విస్తృతంగా చర్చించలేదు. అక్కడక్కడ వస్తువును శిల్పంగా మార్చడాన్ని అభినందిస్తూనో, వ్యతిరేకిస్తూనో విమర్శ ఉన్నది కానీ వస్తువును రచయిత ఎందుకు తీసుకున్నాడు? తీసుకోవాల్సిన అవసరం ఏమిటి? వస్తువును తీసుకొని సమాజానికి చెప్పదల్చుకున్నది ఏమిటనే విషయాలపై కూడా నేడు ఎక్కువగా విమర్శ రావాల్సి ఉన్నది.

ఉదాహరణకు రాచపాలెం గారి విమర్శలను గమనిస్తే రచయిత వస్తువును ఎందుకు తీసుకున్నాడు? తీసుకోవాల్సిన అవసరాన్ని నాటి కాలం రచయితను ఎలా ప్రేరేపించింది? లాంటి విషయాలు మొదట చర్చించి ఆ తర్వాత శిల్పం, ఎత్తుగడ, ముగింపుపై వారి విమర్శ ఉంటుంది. విమర్శ ముఖ్య లక్షణం విమర్శ చేసి

వదిలేయడం కాదు దోషాన్ని చెప్పడమే కాదు దోష రహితంగా ఎలా రాయాలో చెప్పాలి. అలా చెప్పలేని విమర్శ సాహిత్యానికి పనికిరాదు.

విమర్శకుడికి ఉండవలసిన లక్షణాల్లో ప్రధానమైనవి రాగద్వేషాలకు అతీతమైన సహృదయం. బహుముఖ ప్రజ్ఞ, తులనాత్మక అధ్యయనం, ఆకర్షణీయమైన భాషా శైలి. విమర్శ పాఠకుడికి మార్గదర్శకంగా, ప్రయోజనాత్మకంగా ఉండాలి. పై లక్షణాలు ఉండాలంటే విస్తృతంగా చదవాలి. ప్రాచీన సాహిత్యంతో పాటు నేటి అభ్యుదయ సాహిత్యం వరకు చదవాలి. ఎప్పటికప్పుడు అప్‌డేట్ అవుతూనే ఉండాలి.

నేటి కవులు, రచయితలు విభిన్న వస్తువులపై సాహిత్యాన్ని సృష్టిస్తున్నారు కానీ శిల్పం విషయంలో పట్టు సాధించ లేకపోతున్నారు. కారణం చదవడం తక్కువ కావడమే. నా దృష్టిలో రోజుకు కనీసం నాలుగు గంటలు చదివితే సంవత్సరం తిరగకుండానే శిల్పంలో చాల మార్పు వస్తుంది. వస్తు వ్యామోహంలో పడి శిల్పాన్ని విస్మరిస్తే రచనలు నిలబడవు. తీసుకున్న వస్తువు కొత్తదైనా, పాతదైనా నవ్యంగా చెప్పగలగాలి. ఎన్నో వస్తువులపై సాహిత్యం అనేక ప్రక్రియల రూపంలో

రావడాన్ని ఆహ్వానించాలి కానీ పసలేని శిల్పం వల్ల వస్తువు కొత్తది అయినా సాహిత్యం కుప్పకూలిపోతోంది.

కందుకూరి వీరేశలింగం గారు కొక్కొండ వేంకటరత్నం పంతులు గారు రాసిన 'విగ్రహ తంత్రంపై 'విగ్రహ తంత్ర విమర్శనం' అనే పేరుతో 1876 విమర్శ రాశారు. 'కాశీభట్ల బ్రహ్మయ్య శాస్త్రి గారు కందుకూరి గారి నవల 'రాజశేఖర చరిత్ర'పై 'వివేక చంద్రికా దర్శనం' పేరుతో విమర్శ వ్యాసం రాశారు. తెలుగు సాహిత్య విమర్శలో ఇవే మొదటివని సాహిత్య చరిత్ర ద్వారా తెలుస్తోంది. విమర్శకుడు ముఖ్యంగా రచయిత యొక్క భావావేశం, భావన, ఆలోచన, సాహిత్య రూపం వీటిని దృష్టిలో పెట్టుకొని విమర్శించాలి. దానితోపాటు వస్తువును బట్టి కూడా విమర్శ ఉండాలి.

విమర్శకులు వస్తువులను ఆహ్వానించాలి. వస్తువుల విషయంలో సరైన సూచనలు చేయాల్సిన అవసరం కూడా నేటి సాహిత్యానికి ముఖ్యం. ఒక వస్తువుపై ఎక్కువగా సాహిత్యం రాకపోడానికి గల కారణాలు కూడా చర్చలో పెట్టాలి. శిల్పంతో సమానంగా వస్తువును కూడా గుర్తించాలి. వస్తువు లేని సాహిత్యం

రావడానికి కారణం వస్తువుపై ఎక్కువగా చర్చ, విమర్శ లేకపోవడమే.

విమర్శ అంటే కేవలం విషయాన్ని సేకరించడం కాదు. ఎవరెవరు ఏదీ రాశారని చెప్పడం కాదు. విమర్శ రచనలోని లోటు పాట్లు చెప్పాలి. నేడు సాహిత్య విమర్శకులు ఎక్కువగా లేరు. ఉన్న కొద్దిమంది విమర్శకులు కూడా ఎక్కువగా అభినందనాత్మక విమర్శలతోనే సరిపెట్టుకుంటున్నారు కానీ విస్తృత విమర్శ చేయడం లేదు. కారణం సాహిత్యవేత్తలు విమర్శను అంగీకరించడం లేదు. విమర్శకులు మనకెందుకు గొడవలని లోపాలను ఎత్తి చూపడం లేదు. కారణం ఏమైనా సాహిత్య నాణ్యత తగ్గడానికి విమర్శ ఎక్కువగా రాకపోవడమే. తప్పులు తెలియకపోతే తాము రాసేదే సరైనది అనే ధోరణిలో రచయితలు ఉంటారు. కావున తెలుగు సాహిత్యాన్ని ఎక్కువగా చదివిన వారు, సాహిత్య పరిశోధకులు, వివిధ విశ్వవిద్యాలయాల ఆచార్యులు విమర్శను రాయగలిగితే సాహిత్య నాణ్యత పెరుగుతుంది.

తెలుగు సాహిత్య రంగానికి విశేషమైన సేవ చేసిన గొప్ప సాహిత్యకారులు ఆచార్య కొలకలూరి ఇనాక్ గారు.

ఈయన వేజెండ్ల గ్రామంలో రామయ్య, విశ్రాంతమ్మ దంపతుల సంతానంగా 1939-జులై-1న జన్మించారు.

సాహిత్య రంగంలో అరవై సంవత్సరాలు పూర్తి చేసుకున్నారు. నడుస్తున్న విశ్వవిద్యాలయం లాంటి వారు. వారు రాయని వస్తువు లేదంటే అతిశయోక్తి కాదు. సాహిత్యానికి చేసిన కృషికి గాను భారత ప్రభుత్వం 2014లో పద్మశ్రీ పురస్కారంతో సత్కరించింది. 2015లో భారతీయ జ్ఞానపీఠ్ సంస్థ వారు ఇచ్చే మూర్తి దేవి పురస్కారాన్ని వీరు రచించిన "అనంత జీవనం" అనే రచనకు లభించింది. జానపద సాహిత్య విమర్శ అనే ప్రత్యేకమైన ప్రక్రియను కొలకలూరి ఇనాక్ గారే మొదటగా ప్రతిపాదించారని తెలుస్తోంది. ప్రపంచంలో ఎక్కడా జానపదుల విమర్శ ఉందని పరిశోధకులు గుర్తించలేదని కూడా తెలుస్తోంది. పుస్తకంలో ఎక్కువగా విమర్శ కంటే సమాచారానికే ప్రాధాన్యతను ఇవ్వడం జరిగింది. వాస్తవానికి ఈ పుస్తకంలో ఉన్న వ్యాసాలన్ని వివిధ విశ్వవిద్యాలయాల్లో, కార్యక్రమాల్లో చేసిన ఉపన్యాసాలే అధికంగా ఉన్నాయి.

స్థూలంగా పరిశీలిస్తే తెలుగు సాహిత్య చరిత్ర ముఖ్య ఘట్టాలను ఇందులో చూడవచ్చు. పరవస్తు

చిన్నయసూరి గారి సాహిత్యంపై రాసిన వ్యాసంలో 1720 నుండి తెలుగు సాహిత్యంలో క్రైస్తవమత సాహిత్యం వినిపించసాగిందని తెలియజేశారు. 1836 లో తెలుగు క్రైస్తవ పత్రిక సత్యదూత వెలువడిందని చెప్పడం జరిగింది. సాహిత్య విమర్శ అంటే రచనలపై విమర్శ చేయడమే కాదు సాహిత్యం ఎప్పుడు పుట్టింది? దశలను, దిశలను ఎలా మార్చుకుందనే విషయాలను పరిశోధన చేసి వాటిని తేల్చడం కూడా విమర్శలోకే వస్తుంది. వస్తువుపై, సాహిత్యంపై వచ్చిన మార్పులు, మూలాలు తెలిసినప్పుడే విమర్శ చేయడం సులువు అవుతుంది. విమర్శిని గ్రంధాన్ని చదవడం ద్వారా తెలుగు కథ, నవల పరిణామ క్రమం తెలుస్తుంది.

విమర్శకుడు గొప్ప పరిశోధకుడు అయినప్పుడే ఆ విమర్శ నిలబడుతుంది. మాండలికాలపై రాసిన వ్యాసంలో ప్రధానంగా ఆరు మాండలికాలను వారు గుర్తించారు. పూర్వాంధ్ర, గోదావరి, సర్కారు(కృష్ణ, గుంటూరు, ప్రకాశం),కొంత నెల్లూరు, కొంత చిత్తూరు, కొంత ఒంగోలు మాండలికం, రాయలసీమ, తెలంగాణ. మాండలికం భాష కాదని అదొక జీవితం అనే వారి అభిప్రాయాన్ని పరిశీలిస్తే భాషను మనకు అనుకూలంగా మార్చుకోవచ్చు, మాండలికాన్ని మార్చుకోవడం కుదరదు.

ఎందుకంటే మాండలికం మనుషుల హృదయాల్లో నుండి వచ్చే స్వచ్ఛమైన పాలు. మాటను రాతగా మార్చేటప్పుడు భాషను ఉపయోగించి అందంగా మనకు కావాల్సిన విధంగా మార్చుకోవచ్చు. మాండలికాలు అలా కాదు మాటలు నదిలా ప్రవహిస్తూనే ఉంటాయి. అందులో ఎలాంటి వడపోతలకు అవకాశం ఉండదు.

కట్టుబాట్లు, ఇల్లూ, వాకిలి, ఆచార వ్యవహారాలు, సొమ్ము సొత్తూ ఇలా అన్ని కలిస్తే అదే మాండలిక లక్షణాలని చెప్పడం జరిగింది. ఇవన్నీ ప్రాంతాలను బట్టి మారుతూనే ఉంటాయి. అందుకే పొట్లూరి హరికృష్ణ గారు చేసిన పరిశోధనలో మనకు తెలియకుండా చాలా మాండలికాలు ఉన్నాయని విస్తృతమైన పరిశోధన జరగాలని చెప్పడం జరిగింది. ఈ పరిశోధన ప్రభుత్వాలు చేపట్టినప్పుడే భాషను, మాండలికాన్ని బ్రతికించుకోగలము.

లక్ష్మీనరసయ్య గారు నా పుస్తకం "వై" (హిజ్రాలపై దీర్ఘకావ్యం) పుస్తకావిష్కరణలో మాండలికాలపై మాట్లాడుతూ ఏ ప్రాంత సాహిత్యవేత్తలు ఆ ప్రాంత మాండలికాల్లో సాహిత్యాన్ని సృష్టించాలని అభిప్రాయపడ్డారు. రాయలసీమ మాండలికంలో నాడు

ఎక్కువగా సాహిత్యం వచ్చింది. ఇప్పుడు ఎక్కువగా రావడం లేదు సడ్లపల్లె చిదంబరం రెడ్డి, శాంతి నారాయణ, బండి నారాయణస్వామి, సింగమేనని లాంటి నాటి గొప్ప సాహిత్యకారులు తప్ప నేటి సాహిత్యకారుల్లో ఎవరూ కనిపించడం లేదు. అక్కడక్కడ కొంత కవిత్వం వస్తున్నప్పటికీ పుస్తకంగా రావడం తక్కువగా ఉంటోంది. ఉత్తరాంధ్ర నుండి నేటికి వారి మాండలిక పరిమళాలను అనేకమంది సాహిత్యవేత్తలు రాస్తున్నారు. తెలంగాణ మాండలికం అన్ని మాండలికాల్లో పోల్చుకుంటే ముందు వరుసలో ఉన్నది. అనేకమంది సాహిత్యకారులు వారి మాండలికంలో సాహిత్యాన్ని సృష్టిస్తూనే ఉన్నారు.

సినారె గారి సాహిత్యంపై రాసిన వ్యాసంలో అనుభూతి, అనుబంధం, నిర్ణయం అనే సూత్రంపై సినారె సాహిత్యం ఎక్కువగా ఉంటుందని చెప్పడమే కాకుండా ఉదాహరణలతో సహా విశ్లేషించడం జరిగింది. సినారె గారికి కిటికీ అంటే ఇష్టమని కిటికీ ఫ్రేమ్ మారదు కానీ దృశ్యాలు మారుతూ ఉంటాయి. అలాగే సినారె ఫ్రేమ్ ఒక్కటే కానీ సాహిత్యం మారుతూ వచ్చిందని చెప్పడం జరిగింది.

తెలుగు నవలపై సుమారుగా 25 పేజీల వ్యాసం రాశారు. ఇందులో నవల ఎలా మొదలైంది, మొదటి నవల ఏది లాంటి విషయాలను విపులంగా చర్చించడమే కాకుండా తొలి తెలుగు నవల శ్రీ రంగ రాజ చరిత్ర, తొలి తెలుగు నవలా రచయిత నరహరి గోపాలకృష్ణ చెట్టి అని చెప్పడం జరిగింది. దానికి గాను వారి వివరణ కూడా విశ్లేషణాత్మకంగా చెప్పడం జరిగింది.

ఇనాక్ గారు విశ్వనాథ సత్యనారాయణ గారి సాహిత్యంపై విరుచుకుపడ్డారు. వారి సాహిత్యం బ్రాహ్మణ ఆధిపత్యానికి ప్రతీక, బ్రాహ్మణుల చేతుల్లో మిగతా కులాల వారు ఉండాలి, ఇప్పుడున్న సమాజం కాకుండా పూర్వ సమాజాన్నే విశ్వనాథ వారు కోరుకున్నారని, వారి రచనలు బ్రాహ్మణులు తప్ప మిగతా వారు ఇష్టపడరని అభిప్రాయపడ్డారు.

అభ్యుదయ దృక్పథం చూపించినట్లు చూపించి సాంప్రదాయ సంకెళ్ళు పకడ్బందీగా వేసే కపట మోసమాయవి విశ్వనాథ, నిజంగా చేదు మాత్ర -వాస్తవానికి విష గుళిక, ఆధునికుడిగా కనిపించే ప్రాచీనుడు, విషకరవాలం దాల్చిన యోధుడు, వర్ణ వ్యవస్థను సమర్థించి ఎప్పటికీ అలానే ఉండాలని ఆశ,

ఆసక్తి, ఆశయం కలవాడు, వేయిపడగల పామే అతని లైంగిక అత్యాశకు గుర్తు, నరుకుతున్న కత్తికి మందు రాయడం విశ్వనాధ సాహిత్య లక్షణం ఇవన్నీ ఇనాక్ గారు విశ్వనాథ సత్యనారాయణ గారిపై చేసిన తీవ్రమైన విమర్శలు.

ఈ విమర్శ తప్ప వేరే సాహిత్య కారులపై పెద్దగా విమర్శ చేయలేదు కానీ ఎక్కువగా సాహిత్య సమాచారాన్ని తెలపడానికే ప్రయత్నం చేశారు. బెంగాలీ, హిందీ నుండి ఎక్కువగా నవలా సాహిత్యం అప్పట్లో అనువాదం అయ్యిందని చెప్పారు. మొత్తం మీద తెలుగు నవలపై వారు రాసిన వ్యాసంలో నాటి శ్రీ రంగరాజ చరిత్ర నుండి నేటి సయ్యద్ సలీం గారి వెండి మేఘం వరకు రచయితల రచనలను గుర్తించడమే కాకుండా నవలా పరిణామ క్రమాన్ని వివరించడం జరిగింది.

సృజన ప్రక్రియల్లో మొదట నవలే పుట్టిందని, ముప్పై నుండి నలభై సంవత్సరాల తర్వాత కథానిక తెలుగులోకి ప్రవేశించిందని, కథా సాహిత్యంపై రాసిన వ్యాసంలో అభిప్రాయపడ్డారు. ఇక్కడ ఒక విషయాన్ని గుర్తు చేసుకోవాలి. ఇటీవల ఒక స్నేహితుడు కథకి, నవలకి ఉన్న వ్యత్యాసాలు అడిగారు. కథ ఎక్కువగా

మొదటి నుండి సుఖ సంతోషాలు, కష్ట సుఖాలు, కుటుంబం, జీవితం, అనుబంధాలు, స్త్రీ పురుష సంబంధాలు. మానవత్వాలు లాంటిపైనే నడిచింది, నడుస్తోంది కూడా. కవిత్వంలో వచ్చినంత వస్తూ వైవిధ్యం కథల్లో ఇంకా రాలేదు రావాల్సి ఉన్నది.

కొంతమంది రచయితలు మాత్రమే వారి కథల్లో వస్తు వైవిధ్యానికి చోటు ఇస్తున్నారు. ఇక కథకు మూడు నాలుగు పాత్రల కంటే ఎక్కువగా ఉండటం సరిపడదు. నవల అలా కాదు పాత్రలు ప్రవేశిస్తూనే ఉంటాయి. సంఘటనకు ప్రేరణ కథ అవుతుంది. సంఘటన చుట్టూ నవల విస్తరణ జరుగుతుంది. కథకు ఎత్తుగడ, ముగింపు అత్యవసరం ఎత్తుగడ సరిగా లేకపోతే రీడర్ రచనను చదవడానికి ఇష్టపడడు. ఎత్తుగడ రీడర్ ని పట్టుకోవాలి. శిల్పం నడిపిస్తూ ఉన్నప్పుడే ముగింపు చెప్పడం ద్వారా రీడర్ ఫీల్ లో ఉన్నప్పుడే వదిలేయడం జరుగుతుంది. ఆ ఫీల్ ని రీడర్ కి రచయిత ఇచ్చినప్పుడే, ఆ రచన రీడర్ జీవితంలో కలకాలం నిలిచిపోతుంది.

కథల్లో సన్నివేశాలు విస్తృతంగా రాయకూడదు, చర్చలు ఎక్కువగా ఉండరాదు. నవల అలా కాదు విస్తృతమైనా అభిప్రాయాలను, చర్చలను

ఆహ్వానించవచ్చు. కథకు తప్పకుండా ఒక లక్ష్యం ఉండాలన్నారు రారా. దాని ఉద్దేశం లక్ష్యం లేని రచన నిలబడదు. లక్ష్యం చుట్టూ పాత్రలు తిరగాలి అప్పుడే కథ విజయం సాధిస్తుంది. కథలో రచయిత ఏక నిర్ణయం తీసుకోవాలి. అలా కాకుండా అనేక నిర్ణయాలను రీడర్స్ పై వదలకూడదు. కథ పరిమితంగా ఉండాలి. పేజీలు పేజీలు రాస్తే అది కథ అనిపించుకోదు.

చాలామంది యువ కథకులు యాభై, అరభై పేజీలు రాసేసి అదే కథ అంటున్నారు. అది నవల లేదా నేడు కొత్తగా పిలుచుకుంటున్న నవలికో అవుతుంది. నవలిక గురించి విమర్శకులు విస్తృతంగా రాయాల్సి ఉంది. రాసేదేదో తెలియదు, ఎలా రాస్తున్నామో తెలియకుండా రాయడం ద్వారా కథలు కాలానికి నిలబడలేవు. కథల్లో సన్నివేశాలు, స్థలాలు తక్కువగా ఉండాలి. అనేక సన్నివేశాలను, స్థలాలను మార్చుడం వల్ల రీడర్ తికమక పడతాడు. నవలలో ఆ సౌకర్యం ఉంటుంది. అనేక సన్నివేశాల చిత్రణ, స్థలాల ప్రస్తావన, పాత్రల వివరణ ఎక్కువగా ఇవ్వచ్చు.

ఇదే విషయాన్ని ఇనాక్ గారు ఇలా అన్నారు. పరిమిత కాలంలో, పరిమిత పాత్రలతో, పరిమిత పరిధిలో

ఒక అంశం చుట్టూ కథ సాగాలి. అదే మంచి కథ అవుతుంది అన్నారు. కాలం పెరిగిన, స్థలాలు మారిన, సన్నివేశాలు పెరిగిన అది నవలా రూపం దాలుస్తుంది. కావున కొత్తగా రాసే కథకులు మొదట కథా లక్షణాలు తెలుసుకోవాలి. కథలపై వచ్చిన విమర్శ చదవాలి. అప్పుడే మీ కథలు సాహిత్య ప్రపంచంలో నిలబడతాయి. కాలక్షేపం కోసం రాసుకునే వారి కథలు ఈ పరిధిలోకి రావు. లక్ష్యం ఉన్న కథలు, కథకులే ఈ అభిప్రాయాలపై ఆలోచించుకోవచ్చు. సరితూగితే పాటించవచ్చు.

మొదటి తెలుగు కథ బండారు అచ్చమాంబ గారి ధన త్రయోదశి నుండి నేటి వేంపల్లి గంగాధర్ మొలకల పున్నమి కథల వరకు ఇనాక్ గారు స్మరించారు. విమర్శినిలో విమర్శ కోసం వెతకకూడదు. విమర్శినిలో తెలుగు నవల, కథా నిర్మాణాల చరిత్ర తెలుస్తుంది. సాహిత్య చరిత్రను ఒక చోటుకు చేర్చి ఇనాక్ గారు విశ్లేషణ చేశారు. యువ రచయితలు తప్పక చదవాల్సిన పుస్తకం.

కేంద్ర సాహిత్య అకాడమీ పురస్కారం - 2018

# రాయలసీమ చరిత్రను వెలికి తీసిన 'శప్తభూమి'

రాయలసీమ అనే దాని కంటే కరువు నేల, పాలకుల నిర్లక్ష్యానికి గుర్తైన నేల, శపించబడిన నేల అంటేనే బాగా గుర్తు పడతారు. అత్యధికంగా రాయలసీమ పాలకులే రాష్ట్రాన్ని పాలించినప్పటికీ రాయలసీమ మాత్రం మొదటి నుండి వివక్షకు గురౌతూనే వచ్చింది.

నేటి ప్రభుత్వాలు కూడా అన్ని రంగాల్లో రాయలసీమను విస్మరిస్తూనే ఉన్నాయి. కేవలం ప్రభుత్వాలే కాదు ప్రకృతి కూడా రాయలసీమను మండిస్తూనే ఉంది. ఈ నేల చల్లబడేది ఎప్పుడో? ఇక్కడి ప్రజల బాధలు, కష్టాలు తీరేది ఎన్నడో? రాయలసీమ నుండి సాహిత్యం అనగానే కరువు గురించి, ఫ్యాక్షన్ గురించి ఉంటుందని ఒక వాదన ఉన్నది.

సాహిత్యం చేయవలసిన పని ఎక్కడ పీడితులు ఉంటారో, ఏ నేల పీడింపబడుతున్నదో దాని గురించి రాయడమే. సమస్య తీరే వరకు రాస్తూనే ఉండటమే. రాయలసీమ కరువు గురించి మాత్రమే కాదు రాయలసీమ చరిత్ర గురించి, రాయలసీమలో అగ్రకులాలే కాకుండా దళిత, బహుజన కులాల వీరుల గురించి, రాయలసీమ రాజుల గురించి కాకుండా రాజ్యం చుట్టూ జరిగిన సంఘటనలు, సందర్భాల గురించి రాయాల్సిన అవసరం ఉన్నది.

ఆ లోటును భర్తీ చేస్తూ వచ్చిన నవలే శప్తభూమి. శప్తభూమి అంటే శపించబడిన నేల అని అర్థం. రాయలసీమ ప్రముఖ కథకులు, నవలా రచయిత అయిన బండి నారాయణ స్వామి గారు ఈ నవలను రచించారు. ఎవరు శపించారు? ఎందుకు శపించారు? శపించడం ఏమిటి? ఒకరు శపిస్తే, నేల ఎక్కడైనా శపించబడుతుందా! లేదు, మా స్వామి గారేమి భావవాది కాదు. ఆయన అచ్చమైన భౌతికవాది. రాయలసీమ చిన్నచూపుకు గురైంది, రాయలసీమపై ప్రకృతి కన్నెర్ర చేసింది. అందుకే రాయలసీమ శపించబడింది అంటారు స్వామి గారు.

ఏ రచయిత అయిన తన ప్రాంత స్థితి గతుల గురించి, ప్రాంత అస్థిత్వం గురించి రాయాలి. తెలంగాణ భాష, యాస, సంస్కృతి, చరిత్ర గురించి అక్కడి సాహిత్యకారులు అధికంగా సాహిత్యాన్ని సృష్టిస్తున్నారు. రాయలసీమ అస్థిత్వం గురించి, చరిత్ర గురించి రచయితలు రాయకపోతే రాబోయే తరాలకు తమ ప్రాంత గొప్పదనం గురించి, కష్ట నష్టాల గురించి తెలుసుకునే అవకాశం ఎలా వస్తుంది? గొప్ప నవలను అందించిన స్వామి గారికి రాయలసీమ ఋణపడి ఉంటుంది.

శప్తభూమి నవల ప్రారంభంలోనే నవల యొక్క కాలాన్ని తెలియజేశారు స్వామి గారు. రీడర్ దాన్ని పరిగణనలోకి తీసుకొని నవలను చదవాల్సి ఉంటుంది. నవల అచ్చమైన రాయలసీమ మాండలికంలో రాయబడింది. అనంతపురం సంస్థానం గురించి, దాని చుట్టూ జరిగిన అనేక పరిణామాలు, సంఘటనలు, సందర్భాలే ఈ నవలను నడిపిస్తాయి. ఇది పాలకుల కీర్తిని కీర్తించే నవల కాదు. పాలకుల చుట్టూ జరిగిన దళిత, బహుజనుల జీవితాలను చిత్రించిన నవల.

ఒక సాధారణ గొర్రెల కాపరి అంచెలు అంచెలుగా ఎదిగి రాజు గారికి ప్రీతి పాత్రుడై, రాజ్యాన్ని కాపాడే

యోధుడై చివరకు ఆత్మ బలిదానం చేసుకునే స్థాయికి ఎలా చేరాడో చెప్పే నవల. స్వామి గారే అన్నట్టు ఇది ఒక కథా మాలిక. ఇందులో కేవలం ఒక కథ మాత్రమే నడుస్తూ ఉండదు. అనేక కథలు.. ప్రధాన నవల చుట్టూ అల్లబడతాయి.

క్రీ.శ 1775లో అనంతపురం సంస్థానానికి హండేరాజు సిద్ధరామప్పనాయుడు రాజు. అదే సంస్థానంలో ఉన్న బిల్లే ఎల్లప్పగొర్రెల కాపరి, కురవ కులస్తుడు. ఒక రోజు చెరువు దగ్గర ఏదో అలికిడి అయితే అది గమనించిన బిల్లే ఎల్లప్ప ఎంతో చాకచక్యంగా వేట కుక్కల సహాయంతో చెరువు కట్టను తెంచడానికి వచ్చిన దొంగలపై దాడి చేసి వీరోచితంగా వారిని పట్టుకుంటాడు. అది రాజు గారి దృష్టిలో పడి రాజు గారి సంస్థానంలో జెట్టిగా చేరే అవకాశం పొందుతాడు. జెట్టిగా ఉండటం అంటే గుర్రాన్ని ఎక్కాలి. అది కురవ కులంలో నిషేధం. దానికి గాను కుల పెద్దలను ఒప్పిస్తాడు. మొదట వారు ఒప్పుకోకపోయినా డబ్బు ఎవరినైనా ఒప్పిస్తుంది, ఎలాంటి సంప్రదాయాలనైనా మారుస్తుంది అదే ఇక్కడ కూడా జరిగింది. ఇప్పటికీ జరుగుతూనే ఉన్నది. డబ్బు ఉన్నవాడికి సంప్రదాయం మారుతుంది, బీదవాడికి మాత్రం కట్టుబాట్లు తిష్ట వేసి కూర్చొంటాయి.

నవల ప్రధానంగా బిల్లే ఎల్లప్ప మీదనే నడుస్తున్నపటికీ అనేక ఉప కథలు కూడా నవలలో చివరి వరకు వస్తూనే ఉంటాయి. ఉప కథలు అనే దాని కంటే ఒక సంఘటన జరగడానికి దాని వెనుక ఉన్న కథను కూడా స్వామి గారు చెప్పారు అనడం బాగుంటుంది.

బిల్లే ఎల్లప్ప మరదలు ఇమ్మడమ్మ. ఆమె తల్లిదండ్రులు ఉజ్జినమ్మ, బాల కొండ లాలి బీరప్ప. ఉజ్జినమ్మ అన్న కొడుకు కోడెనీలుడు. బాల కొండ లాలి బీరప్ప చెల్లెలి కొడుకు బిల్లే ఎల్లప్ప. ఆ విధంగా ఇమ్మడమ్మకు ఇద్దరు బావలు. ఇమ్మడమ్మ మొదట కోడెనీలుడినే ప్రేమిస్తుంది కాని బిల్లే ఎల్లప్పను పెళ్లి చేసుకోవాల్సి వస్తుంది. దానికి కారణం కరువు. ఉజ్జినమ్మ సొంతూరులో నీళ్ళు లేవు. చెరువు లేదు. అదే బిల్లే ఎల్లప్ప ఊరిలో చెరువు ఉంది. నీళ్ళు ఉన్నాయి. బిల్లే ఎల్లప్పా రాజు గారి సంస్థానంలో పని చేస్తున్నాడు. ఈ కారణాల చేతనే ఆమెకు బిల్లే ఎల్లప్పతో వివాహం అయ్యింది.

వివాహం అయ్యింది కాని ఇమ్మడమ్మ మనసులో కోడె నీలుడే ఉన్నాడు. బిల్లే ఎల్లప్పను తన దగ్గరికి రానివ్వలేదు. కోడె నీలుడు పిచ్చి వాడు కావడం,

వేరొకరిని పెళ్లి చేసుకోవడం చూసి తట్టుకోలేక బిల్లే ఎల్లప్పను భర్తగా స్వీకరించడానికి సిద్ధపడుతుంది ఇమ్మడమ్మ. బిల్లే ఎల్లప్ప తన భార్య పెళ్ళికాక ముందే ఇంకొకరితో తిరిగిందని ఆమెను దగ్గరకు రానివ్వడు. దానితో ఆమె పుట్టింటికి వెళ్ళిపోతుంది.

ప్రేమించినవాడు దూరమై, భర్త దూరమై వివిధ కారణాల చేత ఆమె దాదాపు పది మందితో చీర కట్టించుకుంటుంది. చీర కట్టించు కోవడం అంటే పెళ్లి చేసుకోవడమని అర్థం. ఒక సందర్భంలో బిల్లే ఎల్లప్ప భార్య కోసం మళ్ళీ వచ్చినా ఆమె తిరస్కరిస్తుంది. చివరకు బిల్లే ఎల్లప్ప రాజు కోసం, రాజ్యం కోసం ప్రాణ త్యాగం చేస్తున్నాడని తెలిసి ఇమ్మడమ్మ పెళ్లి చేసుకుంటుంది. ఇది నవల యొక్క ప్రధాన పాయ అనుకుంటే. అనేక ఉప పాయలు రాయలసీమ నాటి స్థితి గతుల గురించి చెప్తూ సాగుతుంది.

"ఎంతటి నేరానికి పాల్పడినా, బ్రాహ్మణుడికి మరణశిక్ష కూడదని ధర్మ శాస్త్రాలు చెబుతున్నాయి" నవలలో ఒక పాత్ర చెప్పిన వాక్యాలివి. ఒక తప్పుకు ఒక శిక్ష మాత్రమే కాదు, ఒకే రకమైన తప్పు ఇద్దరు చేస్తే వారి వారి కులాల, మతాల ఆధారంగా శిక్షలు ఉండటం

నవలలో గమనించవచ్చు. అలాగే దళిత వ్యక్తి చేయని తప్పుకు తప్పు చేశాడని చెప్పి మొత్తం కులానికే శిక్ష వేయడం అగ్రకులాల దాష్టీకానికి పరాకాష్ఠ.

రాజద్రోహం చేసిన బోయ తిమ్మప్పను నడి వీధిలో తల నరకండని సెలవిచ్చిన పవాడప్ప నాయుడు రాజు అదే తప్పు చేసిన బ్రాహ్మణుడికి కారాగారంలో పెట్టమంటాడు. ఆ ధర్మ శాస్త్రాలు ఎవరు రాశారు? ఎవరి కోసం రాశారు. శిక్షలు కులాల ప్రాతిపదికన ఉండే ధర్మశాస్త్రాలను అనుసరించాల్సిన అవసరం దళిత బహు జనులకు లేదు. రాజుల, దొరల కాలంలోనే కాదు నేటికి అదే తంతు జరుగుతూనే ఉన్నది. అగ్ర కులాలకే రాజ్యాధికారం ఉంటోంది. దేశంలో అధిక జనాభా ఉన్న దళిత బహు జనుల పాత్ర అతిపెద్ద స్వతంత్ర భారతంలో ఎక్కడ ఉన్నది?

అలాగే ఒక మాదిగ యువకుడు కొప్పు కాకుండా క్రాపు చేయించుకున్నాడని సదరు అగ్రహారికుడు మాదిగ కులానికి బుద్ధి చెప్పడానికి ఒక నియమం నియమిస్తాడు. అగ్రహారంలో కొత్త మాదిగ జంటలు గులి గానప్ప పరస రోజు గుండ్లు కొట్టించుకోవాలని, గుండు చుట్టూ సున్నం బొట్లు పెట్టుకోవాలని, రెండు కాసుల వరకు నేర సుంకం

కట్టాలని తీర్మానించాడు. అది రాను రాను మాదిగ కులస్తుల ఆచారంగా మారి, అలా చేయకపోతే తమ వంశం నిర్వంశం అవుతుందని నమ్ముతూ వచ్చారు. దళిత ప్రజల జీవితాలతో ఆటలాడిన ఈ చెత్త సిద్ధాంతాల ధర్మశాస్త్రాలను పాటించవలసిన అవసరం లేదు. అడుగడుగునా నియమాలు, సంస్కృతి, అస్పృశ్యత పేరుతో అగ్ర వర్ణాలు చేసిన అరాచకాలు నవలలో కోకొల్లలుగా ఉన్నాయి.

వీరనారాయణ రెడ్డి ఒక అధికారి. మాదిగ మరెన్నకు దగ్గు వచ్చి దగ్గినప్పుడు నోట్లో నుండి గల్ల ఉమ్ముతాడు. అది వీర నారాయణ రెడ్డి కంట పడుతుంది. కింద పడిన గల్లను మళ్ళీ మింగ మంటాడు. పంచాయితీ పెట్టి అతను తప్పు చేశాడని, దేవిడి ముందు ఉమ్మి నాడని శిక్ష వేయాలని కోరుతాడు. దానికి శిక్ష తన మొదటి సంతానం బసివినిగా వదిలిపెట్టడం. బసివిని అంటే దేవాలయానికి ఆ అమ్మాయిని రాసి ఇవ్వడం. ఆమెను దొర అనుభవిస్తాడు. అలా ఒక 15 సంవత్సరాల గంగమ్మను 45 ఏళ్ల వీర నారాయణ రెడ్డి అనుభవిస్తాడు.

వీర నారాయణ రెడ్డి కామాంధుడు. గంగమ్మ చిన్న పిల్లగా ఉన్నప్పటి నుండి ఆమె తన కోసమే

ఎదుగుతోందని, ఎప్పటికైనా అనుభవించాలని కొర కొర చూపులతో చూసేవాడు. ఇక్కడ విషాదం ఏంటంటే వీర నారాయణ రెడ్డి గంగమ్మను అనుభవిస్తుంటే తన కొడుకు ఎర్ర నాగిరెడ్డి కూడా గంగమ్మను ఆశగా చూస్తాడు. నవలలో తండ్రి, కొడుకులు ఒకే స్త్రీని అనుభవించడం కనపడుతుంది.

కంబళి శరభడు ఒక మాల మనిషి. అతను మహా బలశాలి. తన భార్య ఊరు వీర నాగిరెడ్డి ఇలాకలోకే వస్తుంది. ఆ రోజుల్లో ఒక పెద్ద బండరాయిని ఎత్తితే అతను యోధుడనే పేరు. ఆ ఊరిలో నల్ల గుండును ఎత్తిన వారు ఇద్దరు ముగ్గురు మాత్రమే. గండ శిలను మాత్రం ఎవరూ ఎత్తలేదు. నల్లగుండును ఎత్తిన నల్ల నాగిరెడ్డికి ఊరేగింపు చేసినారు. ఆ ఆట కేవలం అగ్ర కులాలకే. క్రింది కులాల వారు కనీసం ఆ ఆట ఆడే ప్రదేశాన్ని కూడా తాకకూడదు. తాకితే ఆ ప్రదేశం మైల పడిపోతుంది.

కంబళి శరభడు రాత్రి వేళలో ఆ నల్ల గుండునే కాదు గండ శిలను సైతం ఎత్తి వెనక్కి వేస్తాడు. అది చూసిన అధికారి పంచాయితీ పెట్టిస్తాడు. శిక్ష.., అర గుండు కొట్టించి, అర మీసం గీసి, ఊరి బహిష్కరణ.

కంబళి శరభడికి బలం ఉన్నది కాని ధైర్యం లేదని. అతనొక బానిసని, ఒక మనిషికి బానిస కాదు పూర్తి వ్యవస్థకే బానిసని నవలలో చెప్పబడింది. నవలలో స్వామి గారు అనేక సంఘటనలలో రచయితగా వారి వాయిస్ ని వినిపించిన తీరు ఆలోచింపజేస్తుంది. చివరకి ఆ కంబళి శరభడు. దొంగగా మారుతాడు. దొర గాడి పెళ్ళాన్నిఅనుభవిస్తాడు. ఆ అవమాన భారంతో దొర మరణం జరుగుతుంది.

సతీసహగమనం చేసిన పాపాలు అన్ని ఇన్ని కావు. భర్త చనిపోయిన ఒక స్త్రీని బలవంతంగా సతీసహగమనం చేయమని కుట్ర పన్ను తాడు నాగప్ప ప్రేగడ. అలా బలవంతంగా ఒక స్త్రీని చితిలో తోసేసి చంపుతాడు. చితి ఆరిపోయిన తర్వాత ఇద్దరు బ్రాహ్మణుల మధ్య జరిగిన సంభాషణ ఇలా ఉంటుంది.

చితిలో పుల్లతో వెతుకుతూ...

"ఇదిగో నాకు చెవి కమ్మ దొరికింది."

మరో బ్రాహ్మణుడు కొంచెం సేపు తర్వాత ఇదిగో నాకు మరో చెవి కమ్మ దొరికిందని గట్టిగా అరుస్తాడు. ఈ సంఘటనను రచయిత ఎలా ముగించారో చూడండి.

"బ్రాహ్మణులు ఇద్దరూ బూడిదను కెలుకుతూ, ఇంకా వెదుకుతూనే ఉన్నారు. వారికి, ఆ బాలిక ముక్కెర ఇంకా దొరకాల్సి ఉంది."

నవలలో దళిత, బహుజనులను అగ్రకులాల వారు ఎలా పీడించినారో.. అనేక ఉప కథల్లో వివరంగా చెప్పబడింది. నాటి వంటలు, రాచభోగాలు, రాజులు వాడే నగల గురించి, వస్త్రాల గురించి ఇలా ప్రతీది పొందుపరిచారు. నవల చదివేటప్పుడు స్వామి గారి విస్తృత అధ్యయనం కళ్లకు కట్టినట్లు కనపడుతుంది. భాష, యాస, పాత్రల చిత్రణ, అవసరమైనచోట గద్దించడం, ప్రశ్నించడం కనపడుతుంది. బాధ, కోపం, అన్యాయం, వివక్ష, కరువు, త్యాగం, బానిసత్వం, అగ్ర కులాల దాష్టీకం, శృంగారం, వీరత్వం, అమాయకత్వం, బలం, బలహీనత, మంచితనం, మొండితనం, కుట్రలు, స్త్రీ లోలత్వం, మోసం, తిరుగుబాటు, నాస్తికత్వం, మూఢనమ్మకాలు, అంటరానితనం, కరువు చిత్రీకరించబడ్డాయి.

నవలను బాగా పరిశీలిస్తే దళిత, బహుజనుల మంచితనం ఎక్కువగా కనపడుతుంది. ఉదాహరణకు కంబళి శరభడినే తీసుకుంటే దొర భార్యను

అనుభవిస్తాడు. అది కేవలం దొర మీద కోపమే కాని ఆమె మీద వ్యామోహం కాదు. అనుభవించిన తర్వాత కింద పడిపోయిన ఆమెను పైకి లేపుతాడు. తన వస్త్రాలను అందిస్తాడు. తన తప్పును తెలుసుకుంటాడు. దొర మాత్రం ఆమెను వదిలేస్తాడు.

బిల్లే ఎల్లప్ప కూడా ఇమ్మడమ్మను ప్రేమిస్తాడు. ఆమె అంగీకారం లేకుండా తనని కోరుకోడు. ఒకసారి బలవంతం చేసిన తన తప్పు తెలుసుకుంటాడు. అధికారులు, రాజులూ మాత్రం తమ తప్పును తెలుసుకున్నట్లు కనపడదు. స్వామి గారు నవలలో అనవసరంగా పాత్రలను సృష్టించలేదు. పాత్రల సహాయంతో నవలను నడపడం కాకుండా పాత్రలే నవలను నడుపుతాయి. శిల్ప పరంగా చూస్తే స్వామి గారు కొన్ని చోట్ల ఇచ్చిన స్టేట్‌మెంట్స్ రాసిన వర్ణన, శిల్పాన్ని పతాక స్థాయికి చేర్చింది. వస్తుపరంగా కథను ఊహాజనితంగా కాకుండా నాటి శాసనాలకు, కాల ప్రమాణాలకు అనుగుణంగా నడిపించారు.

రాయలసీమ నేలను కరువు నాశనం చేసింది. ఇంకా చేస్తూనే ఉన్నది. నవలలో కూడా బిల్లే ఎల్లప్ప లాంటి వీరుడు సైతం కరువు కారణంగా ఆత్మహత్య

చేసుకుంటాడు. అదే కరువు వల్ల రాజు తన రాజ్యాన్ని వదులుకోవాల్సి వస్తుంది. కరువు చేసిన విధ్వంస దృశ్యాలను భావి తరాలకు అందించిన నవలే శప్తభూమి.

కేంద్ర సాహిత్య అకాడమీ పురస్కారం - 2019

# జీవిత సూచిక

1. పేరు : జాని తక్కెడశిల
2. కలం పేరు : అఖిలాశ
3. పుట్టిన తేది : 08-06-1991
4. తల్లిదండ్రులు : టి. ఆశ, టి.చాంద్ భాష
5. తోబుట్టువులు : టి. జాకీర్ బాషా M.B.A,
   టి. అఖిల B.B.A
6. సహధర్మచారిణి : నగ్మా ఫాతిమా M.COM

## విద్యార్హతలు

**తొలి చదువు:**

- ఒకటి నుండి తొమ్మిదో తరగతి వరకు నాగార్జున హైస్కూల్, పులివెందుల, వై.ఎస్.ఆర్ జిల్లా.
- పదవ తరగతి : ఎస్.బి మెమోరియల్ హైస్కూల్, ప్రొద్దుటూరు, వై.ఎస్.ఆర్ జిల్లా.
- డిప్లమా : E.C.E (ఎలక్ట్రానిక్స్ అండ్ కమ్యూనికేషన్) లయోలా పాలిటెక్నిక్ కాలేజ్ (Y.S.S.R), పులివెందుల.

**మలి చదువు:**

- బి.టెక్: E.C.E అమీనా ఇన్స్టిట్యూట్ అఫ్ సైన్స్ అండ్ టెక్నాలజీ, హైదరాబాద్.
- ఎం.టెక్: E.C.E శ్రీ వెంకటేశ్వర ఇన్స్టిట్యూట్ అఫ్ సైన్స్ అండ్ టెక్నాలజీ, కడప.
- హిందీ ప్రవీణ: దక్షిణ భారత హిందీ ప్రచార సభ, మద్రాస్.

**ఇతర:**

- P.G.D.C.A: టాప్ లైన్ ఇన్స్టిట్యూట్, పులివెందుల.
- ఇంటర్మీడియట్: APOSS నుండి ఇంటర్మీడియట్ లో బై.పి.సి పూర్తి అయ్యింది.
- టెక్నికల్ కోర్సులు: C, Oops, C#, Dotnet, SQL server, Oracle, Hardware & Networking, JAVA, JQUERY, HTML, Visual Basic, Amplitude, MS. Office, M.s dos

**బోధనానుభవం:**

మూడేళ్ళు పాటు పులివెందులలోని టాప్ లైన్ ఇన్స్టిట్యూట్ లో C, C++, Oracle, Hardware and Networking లాంటి కోర్సులను రెండు వేలకు పైగా విద్యార్థులకు బోధించారు.

## ఉద్యోగం:

- మొదట సాఫ్ట్వేర్ గా పని చేశారు.
- 2016 నవంబర్-9 నుండి ఇప్పటిదాక ప్రతిలిపి తెలుగు విభాగాధిపతిగా సేవలు అందిస్తున్నారు.

## ముద్రితమైన పుస్తకాలు:

## కవిత్వం

1. అఖిలాశ
2. విప్లవ సూర్యుడు
3. నక్షత్ర జల్లుల్లు (కొత్త సాహిత్య ప్రక్రియ)
4. బురద నవ్వింది
5. మట్టినైపోతాను (యాత్ర కవిత్వ సంపుటి)
6. గాయాల నుండి పద్యాల దాక
7. పరక

## దీర్ఘకావ్యాలు:

1. 'వై' (తెలుగు సాహిత్యంలో హిజ్రాలపై రాసిన రెండవ దీర్ఘకావ్యం)
2. ఊరి మధ్యలో బొడ్రాయి (మర్మాంగంపై రాసిన తొలి తెలుగు దీర్ఘకావ్యం)

**కథా సంపుటాలు:**

1. షురూ (రాయలసీమ మాండలిక ముస్లిం మైనార్టీ కథలు)
2. కట్టెల పొయ్యి కథా సంపుటి.

**నవలలు:**

1. మది దాటని మాట ('గే' కమ్యూనిటీపై తొలి తెలుగు నవల)
2. రంకు (అక్రమ సంబంధాలపై ముస్లిం మైనార్టీ తెలుగు నవల)
3. దేవుడి భార్య (దేవదాసి వ్యవస్థపై రాసిన నవల)
4. జడకోపు (చెక్కభజన కళాకారుడి జీవితాన్ని ఆధారంగా చేసుకొని రాసిన నవల)
5. చాకిరేవు (రజక కులస్తుల జీవితాల మీద రాసిన నవల)

**సాహిత్య విమర్శ:**

1. వివేచని (యాభై వ్యాసాల విమర్శ సంపుటి)
2. అకాడమీ ఆణిముత్యాలు (కేంద్ర సాహిత్య అకాడమి అవార్డు పొందిన పుస్తకాలపై వ్యాసాలు)
3. కవిత్వ స్వరం (ఆధునిక తెలుగు కవిత్వంపై విమర్శ వ్యాసాలు)
4. శివారెడ్డి కవిత్వం ఒక పరిశీలన

**హిందీ:**

1. జిందగీ కె హీరే (నానోలు హిందీలో) నానోలను హిందీ సాహిత్యానికి పరిచయం చేసిన మొదటి పుస్తకం.

**అనువాదం:**

1. 22 మంది రచయితల బాలసాహిత్య తెలుగు కథలను ఆంగ్లంలోకి అనువాదం చేశాను. Ukiyoto అనే ప్రపంచ ప్రఖ్యాత పుస్తక ప్రచురణ సంస్థ 'Tiny Treasures' పేరుతో ముద్రించింది.

**సంపాదకత్వం:**

1. మాతృస్పర్శ (160 మంది కవులు అమ్మపై రాసిన కవితలు)
2. తడి లేని గూడు (కథా సంపుటి)

**బాలసాహిత్యం:**

1. పాపోడు (రాయలసీమ కడప మాండలిక బాలసాహిత్య కథలు)
2. బాలసాహిత్యంలోకి(బాలసాహిత్య విమర్శ వ్యాసాలు)
3. బాలల హక్కులు (బాలల హక్కులపై తొలి తెలుగు బాలసాహిత్య నవల)

**ముద్రణకు సిద్ధంగా:**

**తెలుగు:**

1. వివిధ పత్రికలలో ముద్రించబడిన బాల సాహిత్య గేయ సంపుటి
2. డా. ఎన్ గోపి కవిత్వం ఒక పరిశీలన (గోపి కవిత్వంపై వ్యాస సంపుటి)
3. డా. రాచపాలెం చంద్రశేఖర్ రెడ్డి గారి పుస్తకాలపై వ్యాస సంపుటి
4. ఒక కథా సంపుటి, రెండు కవిత్వ సంపుటాలు
5. నోబెల్ పురస్కార గ్రహీతల అనువాద కవిత్వ సంపుటం.

**ఆంగ్లం:**

1. 'Lie' అనే ఆంగ్ల కవిత్వ సంపుటి.
2. 'God's Land & other Stories' కథా సంపుటి.

**పురస్కారాలు:**

1. సత్రయాగం సాహిత్య వేదిక నుండి 'కవిమిత్ర' పురస్కారం.
2. బాలానందం సాహిత్య సంస్థ నుండి బాలసాహిత్య పురస్కారం.
3. చెన్నైకి చెందిన తెలుగు రైటర్స్ ఫెడరేషన్ నుండి 'తెలుగు-వెలుగు' పురస్కారం.

4. ఉమ్మడిశెట్టి ఉత్తమ కవితా పురస్కారం.
5. కలిమిశ్రీ ఉత్తమ కవితా పురస్కారం.
6. "వై" పుస్తకానికి శ్రీమతి శకుంతలా జైని స్మారక కళా పురస్కారం-2019.
7. 'వివేచని' సాహిత్య విమర్శ సంపుటానికి కేంద్ర సాహిత్య అకాడమీ యువ పురస్కారం.

# About the Author

**Johny Takkedasila**

Johny Takkedasila is an Indian Telugu poet, writer, novelist, critic, translator and editor born on 08.06.1991 in Pulivendula, Andhra Pradesh, India. His literary journey, which began as a Telugu poet, has seen the publication of 23 books.

He has received numerous awards for his contributions. The Central Sahitya Akademi Yuva Puraskar for 2023 (National Award) was awarded to ""Vivechani,"" Criticism book in the Telugu language.

His poetry has been featured in many international anthologies, and his stories and poetry have found a place in international magazines. In addition to writing in Telugu, Hindi, and English, he is also involved in translation.

His literary style appears to aim at making readers contemplate and sensitize society through a compelling narrative.

His other works Tiny Treasures, Puberty, Kattela Poyyi, Siva Reddy Kavitvam Oka Parisheelana were published by Ukiyoto.